என் கடன் பணிசெய்து
கிடப்பதே !

திரு. வி. கலியாணசுந்தரனார்

Title: En Kadan Pani Seidhu Kidappathe

Author: Thiru. V. Kalyanasundaram

Language: Tamil

First Published on: 1961

Year of Publication: 2025

Book Format: Paperback

*Page Size: 6inch * 9inch*

Category: Religious

Subject: Religious Essays

No. of pages: 62

ISBN: 978-81-689661-1-6

Published by: Nilan Publishers, Madurai, Tamilnadu, India

பொருளடக்கம்

முன்னுரை

அறிவு விளக்கமும் அன்பு நிகழ்ச்சியும் மக்கள் வாழ்விற்கு இன்றியமையாதன. வினை இல்வழி அறிவும் விளக்கமுறாது; அன்பும் நிகழாது. அறிவு விளக்கத்துக்கும் அன்பு நிகழ்சசிக் கும் ஊற்றாயிருப்பது வினை. வினை, அறிவுக்கும் அன்புக்குங் கொழுகொம்பு போன்றது. ஆதலால், மக்கள் வினைவழி அறிவு பண்பட்டு அன்பு நிகழும்.

அறிவு - வினை - அன்பு, இவை முறையே வடமொழியில் ஞானம் - கருமம் - பக்தி எனப்படும். பொதுப்படக் கருமம் என்று கூறும்போது நிஷ்காமிய கருமம் என்று கொள்ளல் வேண்டும். நிஷ்காமிய கருமமாவது பயன் கருதாது புரியும் வினை. பயன் கருதா வினையில் தூய அறிவு அலர்ந்து, உண்மை அன்பு சொரியும்.

ஞானத்துக்கும் பக்திக்கும் ஊற்றாயுள்ள கரும யோகத்தைத் தமிழ்நாட்டுச் சத்தியாக்கிரகிபாகிய அப்பர் சுவாமிகள் 'என் கடன் பணிசெய்து கிடப்பதே' என்று ஒரு பாவின் ஓர் அடியில் அமைத்து ஓதியிருக்கிறார். அப்பர் மனமொழி மெய்களால் இடையறாது பணிசெய்து, பணியின் திறத்தை யுணர்ந்தவர். அவர் மனத்தால் ஆண்டவனை நினைந்து, வாயால் அவன் புகழைப் பாடி, கையால் உழவாரத் தொண்டைச் செய்து, நிஷ்காமிய கருமயோகியாய், ஞானத்தையும் பக்தியையும் பெற்றுப் பேரின்பம் நுகர்ந்த வரலாற்றைப் பெரிய புராணத்திற் பார்க்க.

அப்பெரியார் அருளிச்செய்த தமிழ் மறையில் ஞானமும் கருமமும் பக்தியும் ததும்பி வழிதலைக் காணலாம். அவரது அநுபவம் அல்லது அடைவு, 'என் கடன் பணிசெய்து

கிடப்பதே' என்னுந் திருவாக்காகப் பரிணமித்தது என்று கூறலாம்.

'என் கடன் பணிசெய்து கிடப்பதே' என்னுந் திருவாக்கில் எனக்கு அளவிலாப் பற்றுண்டு. இளமையில் இதைப் பற்றிச் சொற்பொழிவுகள் சில நிகழ்த்தினேன். இத்திருவாக்கைப் பற்றி ஒரு கட்டுரை வரைதல் வேண்டுமென்றும் எண்ணிக் கொண்டிருந்தேன். அடியேன் சென்னை ஆயிரம் விளக்கு வெஸ்லியன் முதல்தர மூலாதாரப் பாடசாலை'யில் போதகா சிரியனா யமர்ந்தபோதும், பின்னைச் சென்னை இராயப் பேட்டை வெஸ்லி கல்லூரியில் தலைமைத் தமிழாசிரியனாய்த் தொண்டாற்றியபோதும் 'இக்கட்டுரை எழுதல் வேண்டும்' என்னும் எண்ணம் என்னைவிட்டு அகலாமற் கிடந்தது.

ஆனால், 'தேசபக்தன்' பத்திரிகை ஆசிரியனாய்ப் பணிசெய்த போதே இக்கட்டுரை எழுதல் நேர்ந்தது. 'தேசபக்தன்' ஆசிரிய பீடத்தில் அமர்தற்கு முன்னர், இஃது எழுதப்பட்டிருப்பின், இதன் உரைநடையும், உள்ளுறையும், முறை வைப்பும் வேறுபட் டிருக்கும்.

இக்கட்டுரை *1919*-ம் ஆண்டில் 'தேசபக்தன்' இரண்டாம் வருட அநுபந்தத்துக்கென என்னால் எழுதப்பட்டது. இதைப் பெயர்த்து இச்சிறு நூல் வடிவாக *1921*-ம் ஆண்டில் அச்சிட்ட போது, பல பொருளைக் கூட்டியும் புதுக்கியும் மாற்றியும் ஒழுங்கு செய்தேன். ஏறக்குறைய ஒரு பாதி புதிய பொருள் சேர்க்கப்பட்டது. பின்னே ஐந்தாம் பதிப்பில் சில கூட்டப்பட்டன.

பத்திரிகை ஆசிரியனாகி, அரசியல் துறையில் இறங்கிய நாள் தொட்டுத் தமிழ்ப்புலவர் உலகில் யான் வாழ்வதாகக் கருதுவதில்லை; ஆனால் தமிழுலகில் வாழ்வதாகக் கருதுவதுண்டு. போதகாசிரியனா யிருந்தபோது தமிழ்த்தாயின் கேசமும், மேகலையும், சிலம்பும் என் கண்களுக்குப் புலனாயின. பொழுது தமிழ்த்தாயின் அலமரலும் விம்மலும்

அழுகையும் புலனாகின்றன. தமிழ்ப் புலவர்களுக்கு இவை புலப்படுகின் றனவோ என்னவோ தெரியவில்லை. ஆனால் தமிழகத்துக்கு இவை புலப்படா தொழியவில்லை.

என்னைத் தொண்டிற்குப் பண்படுத்தி விடுத்த எனது தமிழ் அன்னை - என்னைஈன்ற அன்னையினுஞ் சிறந்த அம்மை - அலமந்து விம்மி விம்மி அழுது அழுது ஆவிசோரும் வேளையில், அவள் துயர் தீர்க்க முயலாது, அவளைச் செயற்கை அணிகளால் அழகு செய்ய எனக்கு மனமெழவில்லை.

அதுபற்றித் 'தேச பக்த'னிலும் 'நவசக்தி' யிலும் என்னாலியன்ற அளவு முறையே தொண்டு செய்தேன்; வேறு துறைகளிலும் தொண்டுசெய்து வருகிறேன். என் தாய்நாடு உரிமை பெற்றலன்றி, என் தமிழ்த் தாய் அரசு போற்றுங் கழகமேறி அரியாசனம் வீற்றிருக்கமாட்டாள் என்றும், சிறப்பாக அரசியல் துறை நண்ணிப் பணிசெய்தால் தமிழ்த் தாய்க்கு நலம் விளையும் என்றும் எண்ணி, அத் துறையில் இறங்கித் தொண்டு செய்யலானேன். இந்நூலிலும் தேசப்பணியையே பெரிதும் வலியுறுத்திப் போற்றியிருக்கிறேன்.

'என் கடன் பணிசெய்து கிடப்பதே' என்னும் நன்மொழியில் போந்துள்ள ஒவ்வொரு சொல்லும் விரிவுரைக் குரியது. இந்நூல், என்-கடன்- பணி-செய்துகிடப்பதே என்னும் நான்கு அதிகரணங்களைத் தாங்கிக்கொண்டிருக்கிறது. என் - என்பதில், உயிர் உண்மை, அதன் முன்னிலை பின்னிலை, நாத்திகக் கொள்கை மறுப்பு, மேல்நாட்டு நிலை, கடமைத் தோற்றம் முதலியனவும்; கடன் - என்பதில், நான்குவித வாழ்க்கை, கடமையினின்றும் பணி அரும்புதல் முதலியனவும்; பணி- என்பதில், இறைவன் பணி, சராசரப் பணி, எல்லாம் பணி மயம் என்பது, உயிர்கள் பணி விளக்கம், மனிதன் பணிநிலை, நிஷ்காமியப் பணிபின் பெருமை, காமியப்பணியின் சிறுமை, ஆலயப்பணிச் சிறப்பு, அதன் உண்மை, அதன் பயன், அதன் தற்கால நிலை, அதன் நோக்கம், அன்பு நிலை, உருவ வழிபாடு அதைக் கொள்ளல் - தள்ளல்,

வேண்டும் பணி, தேசப்பணி இந்தியாவின் தற்கால நிலை, நாட்டுக்கல்வி, சுயராஜ்யம், தேசப்பணி கடவுள் பணியே என்பது, எல்லாப் பணிகளுக்கு அடிப்படை தேசப்பணி யென்பது, தேசபக்தி, சாதிபேதம், இந்தியா ஒருபெருந் தேவாலயம் என்பது, உலக சகோதரத் துவம், இந்தியாவின் அறம், பழைய அரசியல், அருளாட்சி, ஒழுக்கம், பணிக்கு ஒழுக்கம் இன்றியாததென்பது, பணி செய்வோர் இயல், காலத்துக்கேற்ற பணி முதலியனவும்; செய்து கிடப்பதே - என்பதில், சகுண வழிபாடு, ஐந்தொழில், வீட்டின் பத்தினும் பணி சிறப்புடையதென்பது, காமியப்பணி நிட்காமியப்பணி இயல், கரும யோகத்தை விவேகாநந்தர் திலகர் போற்றியது, காந்தியடிகள் பொறுமை, வேண்டுகோள் முதலியனவும் அடங்கி யிருக்கின்றன.

இந்நூலில் எங்கணும் பணியின் மணமே கமழ்ந்து கொண்டிருக்கும். தேசப்பணியின் பற்றை வளர்க்க வேண்டு மென்னும் நோக்கத்தோடு இந்நூல் எழுதப்பட்டது. பணியில் விருப்புடையார்க்கு இந்நூல் பெருந்துணை செய்யும்.

பணியில் விருப்பின்றி உறங்குவோரையும் இந்நூல் தட்டி எழுப்பும். இந்நூல் கருமயோகிகள் தொகையைத் தமிழ்நாட்டில் பெருக்கும் என்னும் நம்பிக்கை எனக்குண்டு.

தமிழ்நாட்டில் பிறந்த ஒரு சத்தியாக்கிரகியின் மெய்ம் மொழியைப்பற்றி விரித்துக்கூறும் 'இந்நூலைத் தமிழமக்கள் ஆதரிப்பார்களாக' என்று 1921ஆம் ஆண்டில் வேண்டுதல் செய்தேன். இன்று ஏழாம் பதிப்பு வெளிவருகிறது.

இதனால் இந் நூல் தமிழ்நாட்டுக்குப் பயன்பட்டு வருகிறது என்று கூறும் அளவில் நிற்கிறேன்.

ஏழாம் பதிப்பு வெளிவரும் இவ்வேளையில் என் கண்கள் படலத்தால் மூடப்பட்டன.

எனது நிலை யுணர்ந்து, எவ்விதக் கைம்மாறுங் கருதாது, அன்புளங்கொண்டு அச்சுப்பிழை திருத்தி உதவிய வித்துவான் அன்பு கணபதிக்கு எனது வாழ்த்து உரியதாக.

இராயப்பேட்டை
10-10-1952

திருவாரூர்-வி.கலியாணசுந்தரன்

‘என் கடன் பணிசெய்து கிடப்பதே’

1. தோற்றுவாய்

‘என் கடன் பணிசெய்து கிடப்பதே’- இத் திரு மொழி யாண்டுளது? இஃது அப்பர் சுவாமிகள் அருளிச் செய்த தேவாரம்-இரண்டாந் திருமுறை - திருக்குறுந் தொகை - திருக்கடம்பூர்ப் பதிகம் - ஒன்பதாஞ் செய் யுளின் இறுதியடியா யிருப்பது. அப்பர் தேவாரத்துள் மக்கள் உள்ளத்தைக் கவரத்தக்க பல மணிகள் மிளிர் கின்றன. அவற்றுள் ஒன்று 'என் கடன் பணி செய்து கிடப்பதே' என்பது. எல்லார்க்கும் இம்மணி அணியாகும் என்பதில் ஐயமில்லை.

ஒவ்வொரு சமயத்தையும் ஆராய்ச்சி செய்தால். அதன் அதன் முடிவு, 'என் கடன் பணிசெய்து கிடப்பதே' என்னுந் திருமொழிக்கு அரண் புரிந்தே நிற்கும். சமயப் பற்றில்லார்க்கும் இம் மூதுரை பயன்படுமென்று கூறலாம். மனிதப் பிறவி தாங்கியுள்ள அறிஞர் கடைப்பிடித் தொழுகும் நெறிகட்கும் துறைகட்கும் ஏற்றவாறு பொருளை அறிவுறுத்தும் பெற்றி, 'என் கடன் பணி செய்து கிடப்பதே' என்னும் அப்பர் மொழியில் உண்டு என்று சுருங்கச் சொல்லலாம். இத்துணைச் சிறப்பு வாய்ந்த பெருமொழியை ஆராய்வது அறிஞர் கடமை யாகும்.

பிறப்புரிமை

யான் இளமையில் அப்பர் சுவாமிகள் தேவாரத்தை ஆராய்ச்சி செய்தபோது, அப்பெரியார் உரைகள் பல என்னை ஆட்கொண்டன. அப்பர் தேவாரத்தைச் செவ்வனே ஆராய்வோர்க்குப் பிறப்புரிமை இன்ன தென்பது நன்கு

விளங்கும். 'நாமார்க்குங் குடியல்லோம்'; 'என்றும் ‘நாம் யாவர்க்கும் இடைவோம் அல்லோம்'; அஞ்சுவது யாதொன்று மில்லை அஞ்ச வருவதுமில்லை '; 'அஞ்சல் நெஞ்சே '; 'புந்தி வட்டத்திடைப் புக்கு நின்றானையும் பொய்யென்பனோ'; ஓசை ஒலியெலாம் ஆனாய் நீயே உலகுக்கு ஒருவனாய் நின்றாய் நீயே' இவை போன்ற உறுதிமொழிகள் அப்பர் தேவாரத்தில் பலபடக் கிடக்கின்றன.

அப்பர் தேவாரத்தைத் துருவி ஆராயின், அதன் கண் மூன்று பொருள் சிறப்பாக விளங்கித் தோன்றுதல் காணலாம். அவை: அஞ்சாமை, உண்மை, இன்பம் என்பன. இம் மூன்றும் உள்ள இடத்தில் உரிமை என்னுஞ் செம்பொருளுமிருக்கும். இம்மூன்றும் இல்லாத இடத்தில் உரிமை யுணர்விராது. உரிமை இல்லாத இடத்து இம்மூன்றும் இரா என்க.

உரிமை என்பது முதன்மை. அதினின்றும் முகிழ்ப்பன அஞ்சாமை, உண்மை, இன்பம் என்பன. முதன் மைக்குக் கேடு நேரின், மற்றவற்றுக்குங் கேடு நேரும். ஆதலால், மனிதர் தம் பிறப்புரிமையை இழப்பாராயின், அவர் பாலுள்ள அஞ்சாமையும், உண்மையும், இன்பமும் தாமே மாயும். உரிமை யில்லா நாட்டில் இம்மூன்றும் அருகி நிற்றல் கண்கூடாம். தமிழ் நாட்டிற் றோன்றிய அப்பர், தம் பின்வருவோர்க்கு உடலுரிமை, உயிருரிமை இன்னவென்பதை அறிவுறுத்தவே தம் அநுபவத்தைத் தேவாரமாகப் பாடினர் போலும்!

பணி

அஞ்சாமை, உண்மை, இன்பம்-இவற்றின் முதன்மையாகிய உரிமை - இவற்றைப் பெறுதற்கு அப்ப ரெம் பெருமான் ஒரு வழி குறிப்பிடுகிறார். அது 'பணி' என் னுஞ் செவ்வழி. பணியினால் எல்லாம் பெறலாம் என்பது அவர்தங் கருத்து. அப்பர், மனமொழி மெய்களால் பணி புரிந்தே அஞ்சாமை, உண்மை, இன்பம், உரிமை என்பவைகளைப் பெற்றனர்.

பணியின் சிறப்பை அப்பர் தம் பாக்களின் ஊடே ஊடே விதந்தோதிச் செல்வது கருதத்தக்கது. சுவாமிகள்,

நன்க டம்பனைப் பெற்றவள் பங்கினன்
தென்க டம்பத் திருக்கரக் கோயிலான்
தன்க டன் அடி யேனையுந் தாங்குதல்
என்க டன்பணி செய்து கிடப்பதே

எனவரூஉந் திருப்பாட்டில் உள்ளங்கை நெல்லிக் கனி போலப் பணியின் சிறப்பை எடுத்துக்காட்டி யிருக்கிறார்கள்.

'என் கடன் பணிசெய்து கிடப்பதே' என்னும் திருவாக்கு என் கண்ணுக்குப் புலனாகிய நாள்தொட்டு, அதை ஓதி ஓதி, எனது நாவும் தழும்பேறியது. உறக் கத்திலும் எனது நா அத்திருவாக்கை உச்சரித்துக் கொண்டிருக்கும். நான் அதை மறந்தாலும் அஃது என்னை மறப்பதில்லை. 'என் கடன் பணிசெய்து கிடப்பதே' என்னும் பொன்னுரையில் எனக்குள்ள அன்புக்கு ஓர் அளவும் உண்டோ? என்னைத் திருப்பணி வழியில் நிறுத்தி ஆட்கொண்ட அத் தமிழ்மொழி எனது குருமொழியாகும். அக்குருமொழி என்னைப் பண்படுத்தி வருவது போல் வேறெம்மொழியும் என்னைப் பண்படுத்தி வருவதில்லை. உலகிலுள்ள அறிவுநூல்களின் திரண்ட பொருள், 'என் கடன் பணிசெய்து கிடப்பதே' என்பதாகவே இருக்கிறது. இவ்வொன்றே பல அறிவு நூல்களாகவும் விரிந்து நிற்கிறது.

பொருளாழம்

திருப்பணியை *(Service)*ப் பற்றிப் பேசாத பெரியோ ரில்லை; நூலில்லை. பணி செய்யாதார் உலகத்திலுளரோ? தோட்டியும் பணி செய்கிறான்; தொண்டைமானும் பணி செய்கிறான். அறவோனும் பணி செய்கிறான்; ஆண்டவனும் பணி செய்கிறான். இயங்கியற் பொருளும் பணி செய்கிறது; நிலையியற் பொருளும் பணி செய்கிறது; எல்லாம் எல்லாம் பணி செய்கின்றன. உலகமெல்லாம் 'பணி' மயமாகவே பொலிகின்றன. எல்லா உயிர்கட்கும் பொதுவாயுள்ள

பணியின் சிறப்பை, நந்தமிழர் பெருமான். 'என் கடன் பணி செய்து கிடப்பதே' என்று ஒரு பாவின் ஓர் அடியில் சுருங்கச் சொல்லி விளங்க வைத் திருக்கிறார்.

'என் கடன் பணிசெய்து கிடப்பதே' என்னுஞ் செம்மொழி, காலதேச வர்த்தமானப் போக்குக் கேற்றவாறு பொருளை நல்கிக் கொண்டே நிற்கும். எவரெவர் எவ்வெப் பணியில் காதல் கொண்டிருக்கிறாரோ, அவரவர் அவ்வப் பணிவழி நின்று, 'என் கடன் பணிசெய்து கிடப்பதே' என்பதற்குப் பொருள் விரிக்கலாம் எல்லா விதப் பணிசெய்வோர்க்கும் பொதுவாக நிற்பது, 'என் கடன் பணிசெய்து கிடப்பதே' என்னும் பெருமொழி. இஃதோர் ஆழி.

யான் இளமைதொட்டு ஓதிவரும் இப்பெரு மொழியைப் பீடிகையாக் கொண்டு, என் சிற்றறிவிற் கெட்டிய வாறு ஒரு கட்டுரை வரைதல்வேண்டும் என்னும் அவா எனக் கு நீண்டநாளாக உண்டு அவ்வவா நிறைவேறுங் காலம் இன்று கூடிற்று. 'என் கடன் பணிசெய்து கிடப்பதே' என்னும் அடியிற் போந்துள்ள ஒவ்வொரு சொல்லும், ஓசை நிரப்புவதாக மட்டும் நிற்கவில்லை; பொருள் நிரம்பியதாகவும், குறிக்கொண்ட ஒரு கருத்தை உருவாக்கும் உறுப்பாகவும், அளவைக்கு முரண்படாத தாகவும் நிற்கிறது. இஃது அறிஞரால் உற்று நோக்கத் தக்கது. அப்பர் ஆழியில் மூழ்குதல் என்னால் இயலாது. அதை ஓதத்தில் நின்று பார்க்கிறேன். ஒவ்வொரு சொல் லையும் எடுத்து ஆராயு முகத்தான் இக்கட்டுரையை முற்றுவிக்க ஒல்லும்வகை முயல்கிறேன்.

2. என் - (நான் - யான்)

நான் - யான் என்னுந் தன்மை ஒருமைச் சொல், வேற்றுமைப் படுங்காலத்து, 'என்' எனத் திரியும். ஈண்டு ஆராய்ச்சிக்கு, வேற்றுமைப்பட்ட 'என்' என்பதற்குப் பதிலாக, வேற்றுமைப்படாத முதலாகிய 'நான்- யான்' என்பதையே எடுத்துக்கொள்கிறேன்.

'நான்'- எது, யார் என்னும் ஆராய்ச்சி, உலகக் தோன்றிய நாள் தொட்டு நிகழ்ந்து வருகிறது. அவ்வளவு நீண்டகாலம் அவ்வாராய்ச்சி நிகழ்ந்துவரினும், 'நான்' என்னும் பொருளைப் பற்றிக் கிடைத்துள்ள உண்மையை உலகத்தார் அனைவரும் ஒருமுகமாக இன்னும் ஒப்புக் கொள்ளவில்லை. ஒவ்வோர் அறிஞரும் ஒவ்வொரு வழி நின்று, 'நான்' என்பதன் உண்மை கண்டு வருகிறார்; பிறர் கூற்றை மறுத்தும் வருகிறார்.

இருவிதக் கொள்கை

மண், புனல், தீ, காற்று இவற்றைப் பற்றி அறிஞர் ஆராய்ச்சி நிகழ்த்தி, இவற்றின் உண்மையை எவரும் ஒப்புக்கொள்ளும் முறையில் முடிவு செய்திருக்கின்றனர். இந்நான்கு பூதங்கட்கும் ஆதாரமாயுள்ள வெளியின் (ஆகாயத்தின்) உண்மையையும் புலவர் கண்டுவிட்டனர்.

இதுகாலை, ஐந்து பூதங்களின் உண்மையை மறுக்கும் அறிஞர் இல்லையென்றே கூறலாம். மண் முதலிய நான்கும் தூல பூதங்கள்; அவை புலனறிவிற்கெட்டக் கூடியவை அவற்றைக் கருவி கொண்டாய்ந்து, அவற்றின் உண்மையை எவரும் ஒப்ப நிறுத்திக் காட்டுதல் கூடும். நான்கு தூலபூதங்களின் துணைகொண்டு, புலனறிவுக் கெட்டாத சூக்கும பூதமாகிய ஆகாயத்தின் உண்மையும் புலவரால் இந்நாளில் நிறுவிக்

காட்டப்பட்டிருக்கிறது. ஆகவே, பூதங்களின் உண்மையைக் காட்சி, வழி என்னும் இரண்டானும் நிறுவிக் காட்டலாகும்.

ஐந்து பூத உண்மை கண்ட புலவர் சிலர், இப்பூதங்கட்கு வேறாக 'நான்' என்னும் பொருள் ஒன்றில்லை என்ற முடிவிற்கு வந்தனர். ஐந்து பூத காரியமாகிய உடலே 'நான்' என்ற முடிவை அவ்வறிஞர் பெற்றனர் என்று தெரிகிறது. 'நான்' என்பதை ஐம்புல உணர்ச்சி யென்றும், மனமென்றும், கரணமென்றும், பிராணனென் றுங் கூறுவோரும் உளர். இக்கூட்டத்தார் அனைவரும் சித் (அறிவுப்) பொருளுண்மையை மறுத்து, அசித் (சடம்- அறிவில்லாப்) பொருளுண்மையை மட்டுங் கொள்வோர். (சடம்) அறிவில்லாப் பொருளுக்கு வேறாக (சித்) அறிவுப் பொருளொன்று உண்டு என்னும் கொள்கையுடையாரும் உலகில் வாழ்கின்றனர். இவர் கூற்றையும் அவர் கூற் றையும் ஈண்டு அளந்தளந்து ஆய்ந்து ஒரு முடிவு கட்டல் வேண்டுமென்பது இக்கட்டுரையின் நோக்கமன்று. ஆதலால் சுருங்கிய முறையில் சில சொற்களால் எனது கொள்கையை நிறுவி மேற்செல்கிறேன்.

மேலைநாட்டார்

சடத்துக்கு வேறாகச் சித்தில்லை என்னுங் கொள்கையினர் தொகை உலகில் அருகிவருகிறது. நமது நாட்டில் அக்கொள்கையிற் சிறந்து விளங்கும் அறிஞர் பெரும் பான்மையோரில்லை.

முன்னை நாளில் மேலைநாட்டுத் தத்துவர் தமக்கு வேறாக உள்ளனவும், புலன்களுக்குப் பொருளாகக் கூடியனவுமாக உள்ள பூதங்களையே தங் கூர்த்தமதியால் ஆராய்ந்து, அகமுக ஆராய்ச்சியில் தலைப்படாது, சித்துப் பொருளுண்மையை மறுத்துப் பற்பல நாத்திக நூல்களை எழுதினர். அந்நூல்களே மேலை நாட்டிற் பெரிதும் பரவி வந்தன.

நாத்திக நூல்களை வரைந்து விடுத்த மேலை நாட்டுத் தத்துவர், ஆராய்ச்சியில் முதிர்ந்த அறிஞர் என்பதை யான் ஏற்கிறேன்.

அன்னார் புறப்பொருளையே பெரிதும் ஆராய்ச்சி செய்தமையான், அகப்பொருளுண்மை அவருக்குத் தோன்றாது போயிற்று. பூத பௌதிக ஆராய்ச்சி யாதல் பிற ஆராய்ச்சியாதல் செய்யாது, 'கண்டதே காட்சி கொண்டதே கோலம்' என்னும் மூட உணர்ச்சி கொண்டு திரிவோரை, மரம்-கல்- என்றே ஒதுக்குதல் வேண்டும். பூத பௌதிக நூல் ஆராய்ச்சியில் தலை சிறந்து, நாத்திகம் பேசுவோரது அறிவு, உண்மை காணும் அவாவில் தோய்ந்து நிற்கும். அவ்வாராய்ச்சியில்லாதார் அறிவு, விளக்கமின்றித் திண்மையாகி, மயக்குற்றுக், கட்டுப்பட்டு நுண்ணிய பொருள்களை விளங்கிக் கொள்ளுந் திறனிழந்து கிடக்கும். இவ்வறிவுடைய "பெரியோர்கள்" ஒழுக்க ஈனர்களாக உலகில் திரிந்து மாண்டு போவார்கள்.

மேலைநாட்டு நாத்திக நூல்கள் பல, கீழைநாட்டு ஆத்திக நூல்களுக்கு ஆக்கந் தேடுவன என்பது எனது அநுபவத்திற் கண்ட உண்மை. மேலைநாட்டு நாத்திகப் பெரியோர் புறப்பொருளை ஆராய்ந்து கண்ட உண்மையை ஆதாரமாகக் கொண்டு, அவர் பின் வந்தார் சிலர், அதை ஆராய்ச்சிசெய்து, இப்பொழுது சடப் பொருளுக்கு வேறாக ஒரு சித்துப் பொருளுண்டு என்னும் முடிவிற்கு வந்திருக்கின்றனர். பூதபௌதிக தத்துவ நூலில் தேர்ச்சி பெற்ற ஸர் ஓலிவர் லாட்ஜ் முதலியோர், கண்ணுக்குப் புலனாகுஞ் சடப்பொருளுக்கு வேறாகமற்று மொரு பொருள் இருத்தலை நிறுவிக் காட்டியிருக்கின்றனர். இத்தகைய அறிஞர் நூல்கள் பரவப் பரவ, மேலை நாடும் ஆத்திக பூமியாக மாறும்.

முதலாளியின் ஆக்கம்

இப்பொழுது மேலைநாட்டிலும் ஆத்திக நூல்கள் பல எழுதப்படுகின்றன. கடவுளுண்மை மறுக்கும் 'அறிஞர்' தொகை ஆண்டுஞ் சுருங்குந் தோற்றம் புலனாகி யிருக்கிறது. பூத பௌதிக ஆராய்ச்சி மேம்பாட்டான், இயந்திர வாயிலாக மக்கள் வாழ்க்கை நடைபெறும் அநாகரிகம் வலுத்தமையே, நாத்திகத்துக்கு மேலைநாடு இரையாதற்குக் காரணம்.

இயந்திரங்களும், விதவித மான கப்பல்களும், வேறு பல புதுமைக் கருவிகளும் செல்வத்தை ஒரு கூட்டத்தவர் பக்கம் திரட்டித் தள்ளுகின்றன. அக்கூட்டத்தவரே முதலாளிகள் எனப்படுவர். அவ்வினத்தவர் வழியே அரசுகள் நடைபெறுகின்றன. அவ்வரசுகள் வாணிப வாயிலாகச் செல்வம் பெறவேண்டியும், இயந்திரங்களால் செய்யப்படும் பொருள்களை விலைப்படுத்த வேண்டியும் அடிக்கடி தங்களால் நடத்தப் படும் பத்திரிகைகள் மூலமாகப் போர்களைக் கிளப்பி மகாயுத்தங்களை நடத்துகின்றன; யுத்தங்களில் வெற்றி பெறும் பொருட்டுப் பூத பௌதிகக் கருவிகளைப் புதிது புதிதாகக் காண்பதில் அறிவைச் செலுத்தி உலகத்தைப் பாழ்படுத்துகின்றன.

முன்னே *(1914-18)* நடைபெற்று ஓய்வடைந்த ஐரோப்பா யுத்தம் உலகத்தின் கண்களை ஒரோ வழித் திறந்தது. பின்னே *(1939-44)* நடந்த உலகப் போர் கண்களை நன்கு திறந்து வருகிறது. போரைக் கிளப்புவோர் முதலாளிகள் என்றும், போர் புரிந்து அமர்க்களத்தில் மடிவோர் தொழிலாளர் என்றும் உலகம் உணர்ந்து விட்டது. இவ்வுணர்ச்சியால் முதலாளியின் கருவியாக இனித் தொழிலாளி உழலமாட்டான். தொழிலாளியின் உணர்ச்சி, முதன்மையை *(Capitalism)* அழிப்பதாகும். முதன்மை நாசத்தால் உலகத்தில் சண்டை யொழிந்து, சுதந்திரம் சகோதரத்துவம் சமத்துவம் ஏற்படும். அப் பொழுதே மேலைநாடு ஆத்திகத்துக்கு அடிகோலும். இப்பொழுது மேலை நாட்டில் சில பகுதிகளில் ஆத்திகக் கண் மலர்கிறது. அப்பகுதியில் ஆத்திக உணர்ச்சி பெருகப் பெருகப், புறமுக உணர்ச்சி அருகி அருகி அகமுக உணர்ச்சி இயல்பாகவே தோன்றும். அப் பொழுது ஆண்டெழும் ஆராய்ச்சியால் சடப் பொரு ளுக்கு வேறாகச் சித்துப் பொருள் ஒன்றிருப்பது விளங்கும்.

சடமும் சித்தும்

ஐந்து பூத காரியமாக உள்ள உடலுக்கும். கரணத்துக்கும், மனத்துக்கும், பிராணனுக்கும் வேறாக மற்றுமொரு பொருள்

இருத்தலெங்ஙனம் என்று எண்ணி எண்ணிக் கண்ணீர்விடும் சகோதரர்களுக்கு நான் இரங்குகிறேன். நம் முனிவரர் எழுதிவைத்துள்ள உபநிட தங்களையும், மேலைநாட்டு அறிஞர் எழுதி வரூஉம் அறிவு நூல்களையும் ஆராய்வோர் நெல்லிக்கனியென விளங்கப்பெறுவர். ஐந்து பூதக் கூட்டுறவால் தோன்றும் உணர்ச்சியே 'நான்' என்று கொள்ளும் 'பெரியோர்', ஐந்து பூதங்களுள் எப்பூதத்தினின்றும் அவ்வுணர்ச்சி தோன்றியது என்னும் ஆராய்ச்சி செய்தல் வேண்டும். மஞ்சளையும் சுண்ணத்தையும் குழைத்தால் ஒருவகைச் சிவப்பு நிறம் உண்டாவதையும், வெற்றிலை பாக்கு சுண்ணம் என்னும் மூன்றையும் ஒற்றி மெல்லுங் காலத்து ஒருவிதச் சிவப்பு நிறம் உண்டாவதையும் அப் 'பெரியோர்' எடுத்துக் காட்டுவர்.

அஃதுண்மையே. அதை மறுப்பாரில்லை. உள்ளதினின்றும் ஒன்று தோன் றுமேயன்றி இல்லதினின்றும் ஒன்று தோன்றுவதில்லை என்பது மாறாத உண்மை. புதிதாகத் தோன்றிய சிவப்பு நிறம், உள்ள ஒன்றினின்றுமே தோன்றியிருத்தல் வேண் டும். பாழினின்றும் (சூந்யத்தினின்றும்) ஒன்றும் தோன்றாது. மஞ்சளில் கரந்து நின்ற சிவப்பு நிறமும், பாக்கில் கரந்து நின்ற சிவப்பு நிறமும், பிறபொருள் கூட்டுறவால் வெளிப்பட்டுத் தோன்றுகின்றன. அது போல் எந்தப் பூதத்தினின்றும் 'நான்' என்னும் உணர்ச்சி கரந்து நின்று தோன்றுகிறது என்பது ஆராயற்பாலது.

ஐந்து பூதமும் சடம் என்பதை மறுப்பாரில்லை. அச்சடத்தினின்றும் தோன்றுவதும் சடமாகவன்றோ இருத்தல் வேண்டும்? சடப்பொருள்களாகிய மஞ்சள் பாக்குகளினின்றுந் தோன்றுஞ் சிவப்பு நிறமுஞ் சடத்துவ குணமுடையதே. அதுபோல ஐந்து பூதத்தினின் றும் 'நான்' என்னும் உணர்ச்சி தோன்றுவதாயின், அது சடமாகவன்றோ இருத்தல் வேண்டும்? 'நான்' என்பது சடமாக இருப்பின், மனிதனது அறிவு, ஆராய்ச்சியிற் புகாது, கிடந்த இடத்திலேயே கிடத்தல் வேண்டும். அஃது அங்ஙனமிருத்தல் காணோம். ஆதலால், 'நான்' என்னும் அறிவு (சித்) ஐந்துபூதக் கூட்டுறவால்

உண்டாகும் ஒரு புதிய குணம் என்று கூறுவது பிழையேயாகும்.

சிறு கதை

மனிதர் தம்மிடத்திருந்து, தம்மை நடாத்தும் ஒன் றில் ஐயமுறுவது என்ன அறிவுடைமையோ தெரியவில்லை. எல்லாவற்றையும் ஆராய்ந்து, அவ்வாராய்ச் சிக்குக் கருவியாக நின்று துணைபுரிந்து வருந் தன்னை மறந்துவிடுவதன் அறியாமையை என்னென்று கூறுவது? ஈண்டு யான் இளமையில் வாசித்த ஒரு சிறு கதை எனது நினைவுக்கு வருகிறது. அக்கதை வருமாறு:-

ஓர் ஊரில் ஒரு விழா நடைபெற்றது. அதைக் காண அவ்வூருக்கணித்தாக உள்ள மற்றோர் ஊரிலிருந்து நூறு பேர் புறப்பட்டனர். அவருள் சிலர் தளர்ந்தும் மெலிந்தும் நடந்தனர்; சிலர் விரைந்து நடந்தனர். இங்ஙனம் முன்னும் பின்னுமாக நடந்து பலர் ஒரு குளக்கரை சேர்ந்தனர். அவர் பின்வந்த மற்றவரும் அக்கரை சேர்ந்தனர். அக்கூட்டத்தவருள் ஒருவர் 'நாம் நூறுபேரும் வந்து சேர்ந்தோமா?' என்று கேட்டனர். அப்பொழுது ஒருவர் எல்லாரையும் எண்ணி எண்ணித் தம்மை விடுத்து, 'அந்தோ! தொண்ணூற்றொன்பது பேரே இருக்கின்றனர். ஒருவரைக் காணோம்' என்று கூக்குரலிட்டனர். இன்னொருவர் அவரை மற்றுமொருமுறை எண்ணுமாறு தூண்டினர். பழையபடியே அவர், தம்மை விடுத்து எண்ணி, 'தொண்ணூற்றொன்பது பேரே' என்று கூவினர். அவர், தம்மை விடுத்து எண்ணுவதைக் கண்ணுற்றுக் கொண்டிருந்த வேறொரு நண்பர், 'தோழனே! எண்ணிய உன்னோடு சேர்த்து நாம் நூறுபேர் இருக்கிறோம்' என்று உரத்த குரலோடு அறைந்தனர். அது கேட்டு உண்மை கண்ட நண்பர் நாணமடைந்தனர்.

தனக்குப் புறமாக உள்ள எல்லாப் பொருளையும் ஆராய்ச்சி செய்து, 'தோல் நானா', 'நரம்பு நானா', 'இரத்தம் நானா', 'நிணம் நானா' என்று தன் உடலுறுப்புக்களைக் கூறிட்டாய்ந்து, 'நான்

என்பதைக் காணோமே' என்று நாத்திகம் பேசுவோன் கூற்றுக்கு இக்கதையை ஒப்பிட லாம். உலகத்தையும், உடலையும், உறுப்பையும் ஆராயும் அறிவுடைய இவன், அவ்வாராய்ச்சி செய்யக் கருவியாக உள்ள ஒன்றை மறந்தது எவருடைய அறியாமை? எல்லாவற்றிற்குங் காரணமாக நின்று துணைபுரியும் அறிவை (நான் என்னும் என்னை) மறந்து, அதற்கு இன்மை கூறு வோர், மேற்போந்த கதையையாவது உற்று நோக்கி உறுதி பெறுவாராக.

பளிங்கனைய சித்து

இச் சிற்றாராய்ச்சியினால் 'நான்' என்பது, உட லன்று, கரணமன்று, இந்திரியமன்று; சுருங்கக் கூறின் சடமன்று என்பது ஏற்படுகிறது. 'நான்' என்பது மாயாகாரியமாகிய உடலுக்கு வேறாயிருப்பது. இதனை,

வந்தெனுடல் பொருளாவி மூன்றுந் தன்கை
வசமெனவே அத்துவா மார்க்க நோக்கி
ஐந்துபுல னைம்பூதங் கரண மாதி
அடுத்தகுண மத்தனையு மல்லை யல்லை
இந்தவுடல் அறிவறியா மையுநீ யல்லை
யாதொன்று பற்றினத னியல்பாய் நின்று
பந்தமறும் பளிங்கனைய சித்து நீயுன்
பக்குவங்கண் டறிவிக்கும் பான்மை யேம்யாம்

எனவருந் தாயுமானார் திருவாக்கானுணர்க.

பலதிறக் கருத்துக்கள்

'நான்' என்பதைச் சித்தாகக் கொள்வோருள்ளும் பலதிறக் கருத்து வேற்றுமைகள் உலவி வருகின்றன. 'நான்' என்பதைக் கடவுள் கூறாக்கொண்டு, அதற்கு வேறாக ஓர் அறிவு - சித்- இல்லை என்னுங் கொள்கை யுடையாரையும், 'நான் என்பது சீவான்மா, அதற்கு வேறாகப் பரமான்மா என்பதொன்றுளது' என்னுங் கொள்கையுடையாரையும், 'சீவான்மா பரமான்மா என இரண்டு சித்துக்கள் வேறுபட்டிருப்பினும் ஒன்றை

விட்டொன்று பிரிந்து நிற்பதில்லை' என்னுங் கொள்கை யுடையாரையும் உலகம் பெற்றிருக்கிறது. சீவான்மா பரமான்மாக்களைப் பற்றி மற்றும் பல கொள்கை யுடை யாரும் இருக்கலாம். இவ் வாதங்களைச் சங்கரர், இராமாநுஜர், நீலகண்டர், மத்துவர்; சிவஞானமுனிவர் முதலிய அறிஞர் எழுதியுள்ள மாபாடியங்களிற் காணலாம். இவரனைவரும் 'நான்' என்பது 'சடமன்று' என்ற கொள்கை யுடையவராவர். இவருக்குள்ள பிற வேற்றுமைகளை ஈண்டுக் கருதவேண்டுவதில்லை.

ஆன்மாவின் முன்னிலை

'நான்' என்னும் ஆன்மா-உயிர்- உடலைப் பெறுதற்கு முன்னர், அறிவும் செயலும் விளக்கமுறாமல், பாம்பால் தீண்டப்பெற்ற மனிதனைப் போலக் கிடந்திருத்தல் வேண்டும். பாம்பு தீண்டிய மனிதனிடத்து உயிர் இருப்பினும் அவன் உணர்ச்சியின்றிக் கிடக்கிறான். அதனால் அவனை உயிர் நீங்கிய பிணம் என்று சொல்லுதல் முடி யாது. அவன் அறிவு, நஞ்சால் விழுங்கப்பட்டிருக்கிறது. அதனால் அவன், அறிவு செயல் விளக்கமின்றிக் கிடக் கிறான். பாம்பால் தீண்டப்பெற்றவன் நிலையை, உயிர் மாயாவுடல் தாங்குதற்கு முன்னர்ப் பெற்றிருத்தல் வேண்டுமென்பது முடிந்த கொள்கையா யிருக்கிறது இக் கருத்தையே தாயுமான சுவாமிகள்,

காரிட்ட ஆணவக் கருவறையி லறிவற்ற
கண்ணிலாக் குழவி யைப்போல்
கட்டுண் டிருந்தஎமை வெளியில்விட் டல்லலாங்
காப்பிட் டதற் கிசைந்த

பேரிட்டு மெய்யென்று பேசுபாழ்ம் பொய்யுடல்
பெலக்கவிளை யமுத மூட்டிப்
பெரியபுவ னத்தினிடைப் போக்குவர வுறுகின்ற
பெரியவிளை யாட்ட மைத்திட்

டேரிட்ட தன்சுருதி மொழிதப்பி னமனைவிட்
டிடருந வுறுக்கி யிடர் தீர்த்
திரவுபக லில்லாத பேரின்ப வீட்டினில்
இசைந்து துயில் கொண்மி னென்று

சீரிட்ட வுலகன்னை வடிவான எந்தையே
சித்தாந்த முத்தி முதலே
சிரகிரி விளங்கவரு தக்ஷிணா மூர்த்தியே
சின்மயா னந்த குருவே

என்னுந் திருப்பாசுரத்தில் விளக்கமுறக் கூறியுள் ளார்கள்.

கடவுள் துணை

அறிவுஞ் செயலும் விளங்கித் தோன்றாத நிலையைப் பெற்றிருந்த (நான்) உயிர், தானே தன் முயற்சியால் தன் அறிவுஞ் செயலும் விளங்குமாறு செய்துகொள்ளல் இயலாது. அறிவுஞ் செயலும் விளங்காது அறியாமையால் விழுங்கப் பெற்றுள்ள உயிர், மாயாவுடல் தாங்கப் பெற்றதும், அறிவுந் தொழிலும் விளங்கப் பெறுகிறது. அறிவு - செயல் - விளக்கத்துக்குக் கருவியாயுள்ள மாயை தானே இயங்கிச் சென்று உயிரைப் பற்றாது. என்னை? மாயை சடமாகலின் என்க. ஆதலால், மாயாவுடல் என்னுங் கருவிகொண்டு, உயிரின் அறியாமையைக் களையவல்ல பொருள், சடம் அல்லாததாயும், அறியாமை என்னும் இருள் செறிந்த உயிர் அல்லாததாயும் இருத்தல் வேண் டும். அப்பொருளே எல்லாவற்றையுங் கடந்தும், (மாயை யிலும் உயிரிலும்) எல்லாவற்றிலுங் கலந்தும் நிற்குங் கடவுள் என்பது. அக்கடவுள் அறியாமையால் விழுங்கப் பெறாது, அறிவு வடிவாயிருத்தலால் அஃதென்றும் அருள் வடிவா யிலங்கிக் கொண்டிருக்கும். அருள் வடிவா யிலங்குங் கடவுள், அறியாமை என்னும் இருளால் மூடப் பெற்று அறிவு செயல் முகிழ்த்தலின்றிக் கிடக்கும் உயிரைத் தன்னைப்போல் ஆக்கவேண்டி, மாயா உடலை அதற்கு (உயிருக்கு) வழங்குகிறது. உயிர். ஆண்டவனருளால் உடலைத் தாங்கப்

பெற்றதும், அதற்குச் சிற்றறிவும் சிறுதொழிலும் அரும்பி வளர்ந்து வருகின்றன. மையால் மறைக்கப் பெற்ற கண்ணாடியைச் சிற்றுளியால் கீறினதும், அதன் மாட்டுச் சிறிது வெண்ணிறந்தோன்று கிறதன்றோ? அதேபோல இறைவன், தனு கரண புவன போகங்களை உயிருக்கு வழங்கியதும், அதன்மாட்டுச் சிற்றறிவுஞ் சிறுதொழிலும் முகிழ்க்கின்றன.

தண்ணீரைப் பாண்டத்தில் விட்டுக் காய்ச்சினால், அது கொதிக்கிறது. அக்கொதிப்பு எங்கேயிருந்து தோன்றுகிறது? நெருப்பின் வெம்மைக் கூட்டுறவால் தண்ணீரில் கரந்து நின்ற கொதிப்பு இப்பொழுது வெளி வருகிறது. நெருப்பிலிருந்து கொதிப்பு உண்டாகிற தென்று கூறுவது தவறு. தண்ணீரில் கரந்து கலந்திருந்த கொதிப்பு, வெம்மைக் கூட்டால் வெளித் தோன்றுகிறது. இதுபோல, உயிரில் அடங்கிக்கிடந்த செயல் (கருமம்) மாயையின் கூட்டுறவால் முகிழ்க்கிறது. விரிக்கிற் பெருகும்.

கடமை

உடலோடு கூடிய உயிர், தன் சிற்றறிவைக் கொண்டு தன்னை ஆராய்ந்தால், தான் உடலன்று என்பது நன்கு புலனாகும். இவ்வாராய்ச்சி உயிரின் அறிவு விளக்கத்தைப் பொறுத்து நிற்பது.

ஆண்டவன் உயிரின் அறிவை விளக்கும் பொருட்டு அதற்குப் படிப்படியாக மரம், புல், விலங்கு, மனிதன் முதலிய வடிவங்களை வழங்கி வருகிறான். அவ்வடிவங் களுக்கேற்ப உயிர் சிறிது சிறிதாக அறிவுந் தொழிலும் விளங்கப் பெறுகிறது. நம் முன்னோர் உயிர்களை ஓரறிவு முதல் ஆறறிவுவரை வகுத்திருப்பது ஈண்டுக் கருதற் பாற்று.

உயிர் மனித உடல் தாங்கும்போது அதன் நிலையை அறிவிக்கும் ஆறாவதறிவு அரும்புகிறது. அவ்வறிவின் துணையால் மனிதன் கடவுள் நிலை யடைதல் வேண்டும். மனிதன் கடவுள் நிலையைக் கலைஞானத் தளவில் உணர்வ தால் எவ்விதப் பயனும் விளையாது. மனிதன் கடவுள்

நிலையை மெய்ஞ்ஞானத்தால் பெறுதல் வேண்டும். உலகத்தில் எத்தனை வாய் வேதாந்திகளிருக்கிறார்கள்? அவர்களா லென்ன பயனுண்டு? மனிதன், ஆண்டவனருளால் பெற்ற அறிவைக்கொண்டு, தன்மாட்டு நிகழுஞ் செயல்களை அன்றாட வாழ்வில் தூய்மைப் படுத்திக் கொள்ளல் வேண்டும். ஈண்டே கடமை என்பது ஏற் படுகிறது.

3. கடன்

கடன் என்பதும் கடமை என்பதும் ஒன்றே. மாயா காரியமாகிய உடலைத் தாங்குதற்கு முன்னர், உயிர், அறிவுந் தொழிலும் விளக்கமுறப்பெறாமையான், அதற்கு அந்நிலையில் கடமை என்பது ஏற்படவில்லை. கடமை என்பது உயிர் உடலோடு தொடர்பு கொண்டுள்ள நிலையில் ஏற்படுவது. அக்கடமை பலதிறப்படும்.

வாழ்க்கை விதம்

மனிதனது கடமை பல திறமாகப் பகுக்கப்படலாம். நம் முன்னோர் மனிதர் வாழ்க்கையை நான்கு கூறிட்டு, அவ்வவ் வாழ்க்கையில் செய்யத்தக்க கடமைகளையுந் தொகுத்துள்ளனர். நான்கு கூறுகள் பிரமசரியம், கிரஹஸ்தம், வானப்பிரஸ்தம், சந்நியாசம் என்பன. இந்நான்கும் அன்பின் படிகளாகும். பிரமசரியம் அன்புக் குரிய கல்வி பயில்வது; கிரஹஸ்தம் கற்ற கல்வியைச் செயலிற் பெற்று அன்பை உணர்வது; வானப்பிரஸ்தம் கட்டுப்பட்ட அன்பில் நின்று தொண்டு புரிவது; சந்நியாசம் கட்டற்ற அன்பில் நின்று எவ்வுயிர்க்குஞ் செந் தண்மை பூண்டொழுகுவது. இவை அடங்கப்பெற்ற ஒன்றே வாழ்க்கை என்பது.

நான்கும் எல்லா நாடுகட்கும் பொதுவாயிருப்பன. ஒவ்வொருவரும் இந்நான்கும் அடங்கிய வாழ்க்கையில் நின்று ஒழுகுதல் அறம். இது பொதுமை அறம். இவ்வறத்துக்குச் சில புறனடைகளுமுண்டு.

ஒவ்வொரு நாட்டிலும் மனிதர் இளமையில் கல்வி பயில்கின்றனர்; வயதில் திருமணஞ் செய்கின்றனர்; அதற்குமேல் வானப்பிரஸ்தமோ சந்நியாசமோ ஏற்கின்றனர்.

இக்காலத்தில் பின்னிரண்டும் பெரிதும் அருகிவிட்டன என்று துணிந்து கூறலாம். முன்னிரண்டும் ஒருவாறு நிலவிக் கொண்டிருக்கின்றன.

நம் முன்னோர் மக்கள் கடமையை நான்கு கூறிட்டிருப்பது உன்னத் தக்கது. இந்த நான்கில் அடங்காத மக்கள் கடமைகள் இருத்தல் அரிது. மக்கள் கடமைக ளெல்லாம் நான்கில் அடங்கிவிடும்.

பணி மயம்

மனிதர் அறிவுஞ் செயலும் விளக்கமுற்று, வாழ்க்கையில் நுழைந்து, தங் கடமையைச் செய்து வருங் காலத்தில், அவர்தம் வினைகள் யாவும் பணி மயமாயிருப்பதைக் காண்பர் என்று கடமை ஏற்பட்டதோ அன்றே பணியும் ஏற்பட்டது. எனவே, மனிதரது கடமை, பணியைப் பற்றியே கிடக்கிறது. மனிதர் மேற்கொள்ளும் ஒவ்வொரு கடமையிலும் பணி இருப்பது கண்கூடாக விளங்குவ தொன்றாகலான், அதை விரித்துரைக்க வேண்டுவதில்லை. ஆதலால், இனிப் பணிமேற் செல்கிறேன்.

4. பணி

ஈண்டுப் பணி என்பது முதனிலைத் தொழிற்பெயர்ப் பொருள்கொண்டு நிற்கிறது. பணி, வணக்கம், தொண்டு, வேலை, சேவை இவை யாவும் ஒரு பொருளையே தருவனவாம். கடமை வழிபற்றி நிகழும் பணி பலதிறப்படும். கடவுள் முதல் தாவரமீறாக உள்ள எல்லாம் பணி செய்த வண்ணமிருக்கின்றன. பணி செய்யாத உயிர் இல்லை என்று கூறுவது மிகையாகாது.

இறை பணி

எல்லாம் வல்ல இறைவன் என்றும் பணி ஆற்றிக் கொண்டிருக்கிறான். ஆக்கல், அளித்தல், அழித்தல், மறைத்தல், அருளல் என்னும் ஐம்பணிகளையும் இடை யீடின்றி ஆண்டவன் நிகழ்த்திய வண்ணமிருக்கிறான். அவனுக்கு ஓய்வே இல்லை. உலகில் உள்ள உயிர்களுக்கு ஓய்வு உண்டு; உறக்கம் உண்டு. ஆண்டவனுக்கோ ஓய்வுமில்லை; உறக்கமுமில்லை. ஆண்டவனைப் போலப் பணி புரிகிறவர் ஒருவருமில்லை. ஆண்டவன் தன் பணியைச் சிறிது நிறுத்துவானாயின் உலகங்களின் நிலை கலங்கும்; ஞாயிறு முதலிய வான் மணிகளின் நிலைகள் குலையும்; ஐம்பெரும் பூதங்களின் தொழில்கள் நடைபெறமாட்டா; உயிர்களெல்லாம் மாயும்; அணுக்களைக் கூட்டுஞ் சக்தியும் பிரிக்குஞ் சக்தியும் தன் தன் ஆதாரத்தையிழந்து தளர்ந்து ஒழியும். இறைவன் ஒருவன் பணியால், சரா சரங்களெல்லாம் ஒருநிலையில் நின்று தத்தம் பணியைச் செய்கின்றன. இறைவன் இத்துணைப்பணியைச் செய்தும், அப்பணிக்கென ஒருவிதக் கைம்மாறுங் கருதுவதில்லை.

உலகம் பணிமயம்

இனி உலகை நோக்குழி உலகத்துள் அனைவரும் பணிசெய்கின்றனர்; அனைத்தும் பணிசெய்கின்றன. அரசுக்கும், அதன் பரிவாரங்களுக்கும் உள்ள பணிகள் பலப்பல. நடப்பன, பறப்பன, நீர்வாழ்வன, தாவரம் முதலிய யாவும் தத்தமக்குரிய பணிகளை முறையாக நிகழ்த்தியே வருகின்றன. உலகத்தை மனத்தில் சித்திரப்படுத்திச் சிறிது நேரம் உற்றுநோக்கின், ஓரறிவு முதல் ஆறறிவு ஈறாக உள்ள எல்லா உயிர்களின் பணியும், அப்பணிக்குக் காரணமாக உள்ள ஞாயிறு முதலிய கோள்களின் பணியும், எல்லாவற்றிற்கும் ஆதாரமாக உள்ள கடவுளின் பணியும் இனிது விளங்கும். எல்லாம் பணிமயமா யிருப்பதை அறிஞர் உற்றுநோக்கி உண்மை உணரல் வேண்டும்

அஃறிணையுலகும் கடவுளும்

ஆண்டவன் பணியும், மற்ற அஃறிணைகளின் பணியும் என்றும் ஒரு பெற்றியனவாகவும், மாறுதலின்றியும் நடைபெற்று வருகின்றன. ஆண்டவன் பணிகள் யாவும் நியதிவழி நடைபெறுகின்றன. நியதிக் கோடாகிய இயற்கை என்றும் யாண்டும் ஒரு தன்மையதாகவே தன் செயல்களை நடத்தும். நியதிவழி இயற்கை தொழிற் படலால், அதனைக் காரியப்படுத்துங் கடவுள், உயிர்கள் பொருட்டு ஆற்றும் பணியும் என்றும் ஒரு பெற்றிய தாய் நிகழ்ந்துவரும். இதன் விரிவைத் தத்துவ நூல்களிற் காண்க.

அஃறிணையின் பாற்பட்ட மரம், செடி, கொடி, புள் விலங்கு முதலியன என்றும் ஒரே தன்மையனவாய் வாழ்ந்து வருவது கண்கூடு. ஆயிரம் ஆண்டுகளுக்கு முன்னர் மரம் செடி கொடிகள் எவ்வாழ்வைப் பெற்றிருந்தனவோ, அவ்வாழ்வையே இன்னும் அவை பெற்றிருக் கின்றன. பறவைகள் ஆயிரம் ஆண்டுகளுக்கு முன்னர் எவ்விதக் கூடுகள் கட்டினவோ, அவ்விதக் கூடுகளையே இப்பொழுதும் அவை கட்டுகின்றன. விலங்குகள் புதிதாக ஒன்றை இதுகாறுங்

காணவில்லை. அவைகள் தங்களுக்கென்று புதுப் புது மாடிகள் கட்டுவதில்லை. வேறு எவ்விதப் புதுத் துறைகளையும் தங்கள் வாழ்விற்கென அவைகள் கோலுவதில்லை. அவைகளின் வாழ்வு ஆயிரம் ஆண்டுகளுக்கு முன்னர் எந்நிலையிலிருந்ததோ, அந்நிலையிலேயே இன்னும் இருந்து வருகிறது.

ஆண்டவன் முற்றறிவு உடையவனாகலானும், அஃறிணைப் பொருள்களுக்குப் பகுத்தறிவு இன்மையானும், முறையே அவன்றன் பணியும் அவைகளின் பணியும் மாறுதலின்றி என்றும் ஒரு பெற்றியனவாய் நடைபெறு கின்றன.

மனிதர் நிலை

இவ்விரண்டிற்கும் இடைப்பட்டுள்ள மக்களுக்கு முற்றறிவு இன்மையானும், பகுத்தறிவு உண்மையானும் அவர்களின் எண்ணம்-செயல்-தொழில்-பணி-நாளுக்கு நாள் வளர்ந்தும் தேய்ந்தும் பலவித மாறுபாடுகளைப் பெற்று வருகின்றன. மனிதர் ஐயாயிரம் ஆண்டுகட்கு முன்னர் எப்படியிருந்தனர்? ஆயிரம் ஆண்டுகளுக்கு முன் எவ்வாறிருந்தனர்? இப்பொழுது எந்நிலையிலிருக் கின்றனர்? ஈண்டு மனிதர் என்றது சிறப்பாக அவரது வாழ்க்கையைக் குறிப்பதாகும்.

மனிதர், மரநிழலில் வாழ்ந்த காலமுண்டு; குடிசை களில் வாழ்ந்த காலமுண்டு; கருவி தாங்காத காலமுண்டு. அவருக்கு நெருப்பை உண்டாக்கும் முறை தெரியாத காலமுண்டு. இயற்கைப் பொருள்களைப் பதன் செய்யாது, அவற்றையே உண்டு கழித்த காலத்தையும் மனிதர் கண்டிருக்கின்றனர். இப்பொழுதோ மனிதர், மாட மாளிகைகளைக் கட்டுகின்றனர்; கப்பல் கட்டுகின்றனர்; வானத்தில் பறக்கின்றனர்; தண்ணீருக்குள் சென்று போர் புரிகின்றனர். மனிதரால் காணப்பட்டு வரும் அரிய புதுமைகளை என்னென்று வருணிப்பது! அச்சுத் தொழிலின் அருமையும், புகைவண்டியின் பெருமையும், மின்சாரத்தின் வியப்பும் வருணனைக்கு எட்டாதன.

ஒருவர் வீடு கட்டுவதுபோல் மற்றொருவர் கட்டுவதில்லை. இன்று ஒருவர் ஒன்றைக் கண்டால், நாளை மற்றொருவர் அதை வேறுவிதமாக வளர்க்கிறார். மனிதர் அறிவுத் திறனை என்னென்று கூறுவது?

இவை யெல்லாவற்றிற்குங் மனிதரிடத்தில் காரணமாக நிற்பது விளக்கமுற்றுள்ள ஆறாவது அறிவே யாகும். இவ்வறிவை மனிதர் நன்னெறியில் செலுத்தல் வேண்டும். சில இடங்களில் இவ்வறிவு தீநெறியில் செலுத்தப்படுகிறது. அதனால் மன்பதைக்குக் கேடு விளைகிறது.

மனிதர்பால் அருமையாக அரும்பியுள்ள பகுத்தறிவினின்றும் முகிழ்க்கும் பணி பலதிறப்பட்டு நிற்கிறது. சிலர் துறவொழுக்கம் பூண்டு தமக்கேற்ற பணியை ஆற்றுகின்றனர்; சிலர் ஆட்சி புரிகின்றனர்; சிலர் உழுது பயிரிடல் முதலிய தொழில்களை நிகழ்த்துகின்றனர்; சிலர் திருடுகின்றனர்; சிலர் கொள்ளையிடுகின்றனர்; சிலர் கொலை செய்கின்றனர். எனவே, உலகில் நற்செயல்களும் தீச்செயல்களும் நடந்து வருகின்றன. ஆதலால், மனிதர் செய்யும் பணிகளுள் எதைக் கொள்வது, எதைத் தள்ளுவது என்னும் ஐயம் உலகில் அடிக்கடி நிகழ்கிறது.

இருவிதப் பணி

மனிதர் செய்யும் பணியை இரண்டு கூறாகப் பிரிக்கலாம். ஒன்று பயன் கருதும் பணி. அதாவது காமியப் பணி; மற்றொன்று பயன் கருதாப் பணி. அதாவது நிஷ்காமியப்பணி. பின்னதைச் செய்வோர் கடவுட்டன்மை பெற்றவராவர். அவர் செழுமையுற்று ஓங்கி வளர்ந்து கடவுள் நிலை எய்துவர். அவரைக் கடவுளாகவும் வழி படலாம். முன்னதை அதாவது காமியப்பணியைச் செய்வோர் பல துன்பங்கட்கு ஆளாகி வருந்துவர். அவர் தம் நிலை குலைந்து, கீழ்ப்பட்டுள்ள விலங்கு புள் முதலிய அஃறிணைப்பொருள் நிலையை அடையினும் அடைவர். பகுத்தறிவைப் பண்படுத்த இயலாத அஃறிணை உடலங்களைத் தாங்கிய பின்னர், அரிய மனித

உடல் தாங்கப்பெறுவோர், தம் பகுத்தறிவை நற்றுறையில் நிறுத்தி வினையாற்றாது, அதைக் காமியப்பணியாந் தீத்துறையிலாட விடுவது எத்தகை அறியாமை? மனிதப் பிறவி தாங்கிய பகுத்தறிவு பெற்றுள்ள செல்வரே! எச்சரிக்கை! எச்சரிக்கை!! இன்னும் உலகில் நிட்காமியப்பணி நிகழ்த்துவோர் தொகை மிகக் குறுகியே நிற்கிறது; காமியப்பணி செய்வோர் தொகை பெருகியே நிற்கிறது! என்ன அறியாமை!

தெய்வப் பணி !

நம் முன்னோர் உலகப் போக்கை உணர்ந்தே உலகத்தை நிட்காமியப் பணிவழி நிறுத்தப் பல முறைகளைக் கோலிச் சென்றனர். அவற்றுள் சிறந்தது தெய்வ வழி பாடு.

நிட்காமியப் பணி

பணி மக்களிடைக் கனிவதற்கு நம்மவர் தெய்வ வழிபாட்டையே கொண்டனர். காரணம் யாது?

அருள் வடிவாக உள்ள கடவுள் பணிகளெல்லாம் கைம்மாறு கருதாதன. அவ்வியல்புடைய ஒன்றை ஒருவர் இடையறாது எண்ணுவாராயின், அதன் இயல்பு அவரிடத்திலும் படியும். அவர் கடவுளைப்போலக் கைம்மா கருதாப் பணிசெய்து நின்மலராவர்.

இன்னோரன்ன காரணம் பல பற்றியே நம் முன்னோர் இறைபணியை முதலாவதாக வைத்தனர். விடுதலை விரும்பும் அனைவரும் நிட்காமியப் பணி செய்தே தீரல் வேண்டும். காமியப்பணி செய்வோருக்கு அடிக்கடி மனக் கலக்கமும் பிற துன்பங்களும் நேர்ந்து கொண்டே போகும். ஆதலால், உலகில் பிறந்த மக்கள் அனைவரும் நிட்காமியப்பணி ஆற்றக் கடமைப்பட்டிருக்கின்றனர்.

ஆலயப் பணி

நிட்காமியப் பணி வளர்ச்சிக்கென ஏற்பட்ட தெய்வ வழிபாடுகள், பிற்றை ஞான்று காமியப்பணிக்கும், பிற பணிகளுக்கும் நிலைக்களமாகி விட்டன. நம் முன்னோர் நிட்காமியப் பணியை வளர்க்கும் தெய்வ வழிபாட்டை மூர்த்தி வழியாகவும், தல வழியாகவும், தீர்த்த வழியாகவும் நிகழ்த்தி வந்தனர். இந்தியாவில் தேவாலயங்கள் நிரம்பியிருப்பதன் காரணத்தை அறிஞர் ஓர்தல் வேண் டும். 'எல்லாம் கடவுள் வடிவம்' என்னும் ஞானம் பிறந்த இந்தியாவில், உருவ வழிபாட்டிற்குரிய கோயில்கள் மல்கியிருப்பது ஆராயத் தக்கது. உபநிடதங்களை ஓதிய முனிவரர்-அவைகளுக்குப் பாடியங்கள் வரைந்த அறிஞர்-ஆலயப்பணி செய்திருக்கின்றனர். இந்தியரல்லாத மற்ற நாட்டவரும் ஆண்டவன் கோயிலென ஒரு தனி யிடம் வகுத்தே கடவுளை வழிபட்டு வருகின்றனர்.

கடவுள் நீக்கமற யாண்டும் நிறைந்து நிற்பவர். அவரை வழிபடு தற்கு ஓரிடம் வகுக்கப்படுவதன் நோக்கம் யாது? அந்நோக்கம் மக்கள் மனத்திடை நிட்காமிய கருமத்தை - பணியை-பதியச் செய்ய வேண்டுமென்பதே யாகும்.

உலகில் பெரும்பான்மையோர் இலௌகிகத் தொழில்களைச் செய்வோரேயாவர். அன்னார் என்றும் எங்கும் நிறைந்துள்ள கடவுளை மனமொழி மெய்களால் போற்றப் போதிய ஓய்வு பெறமாட்டார். அவர் பொருட்டு ஆலய வழிபாடு ஏற்பட்டிருக்கலாம்.

நோக்கம்

கோயில் வழிபாடு பெரிதும் தற்கால நாகரிகம் பெற்றுள்ள மக்களால் எள்ளி நகையாடும் நிலையை இது போழ்து அடைந்து விட்டது. இதற்குக் காரணம் கோயில் அதிகாரிகளின் மூடச் செயல்களும், தற்கால நாகரிகத்தால் நாட்டுக் கல்வி மறப்புமாகும். கோயில் வழிபாடு இப்பொழுது தனது நோக்கத்தை இழந்திருப் பினும், அதன்

உண்மை நோக்கத்தை ஈண்டுச் சிறிது சுருங்கக் கூற விரும்புகிறேன்.

மனிதர் மண்ணிற் பிறந்து வளர்ந்து வரும்போது, அவர், இயற்கை அறியாமையோடு பல செயற்கை அறியாமைகளும், பல தீ நீர்மைகளும் பதியப் பெறுகின்றனர். அதனால் அவர் தம்மை (உயிரை) மறந்து விடுகின்றனர். அம் மறப்பால் ஆண்டவன் உண்மையும் அவர்க்குப் புலனாவதில்லை.

இவ்வாறு உலக மாயையில் விழுந்து கிடக்கும் மக்களை உய்விக்க வேண்டியே நம் முன்னோர் திருக்கோயில் வழிபாட்டை ஏற்படுத்தினர். அவ்வழி பாட்டால் நிலையாத நெஞ்சும் நிலைத்துவிடும்.

சும்மா இருத்தல்

மனம் உலகச் செயல்களில் உழன்று வருதலால் அது நிலைபெறுதலில்லை. அது பாதரசம் போல ஓடிக் கொண்டே யிருக்கிறது. அதைக் கட்டியாளல் மனிதரால் இயல்வதில்லை. மனத்தைக் கட்டியாளும் ஆற்றல் பெறு மட்டும், மனிதர் அதன் வழியே உழன்று, பல பாவச் செயல்களைப் புரிவோராகின்றனர். எல்லாப் பாவங்களுக்குங் காரணமாக நிற்கும் மனத்தை ஒரு வழியில் நிறுத்தும் ஆற்றல் ஒரு சிலருக்கே உண்டு. மனிதரால் எல்லாக் காரியங்களையுஞ் செய்தலாகும். ஆனால் அவர் மனத்தை அடக்கிச் சும்மாயிருக்கும் ஒரு செயலை மட்டும் மேற்கொள்ளல் அரிது.

கந்துக மதக்கரியை வசமா நடத்தலாம்
கரடிவெம் புலிவா யையுங்
கட்டலாம் ஒருசிங்க முதுகின்மேற் கொள்ளலாம்
கட்செவி யெடுத்தாட்டலாம்
வெந்தழலி னிரதம்வைத் தைந்துலோ கத்தையும்
வேதித்து விற்றுண்ணலாம்
வேறொருவர் காணாம லுலகத்து லாவலாம்
விண்ணவரை ஏவல் கொளலாம்
சந்ததமு மிளமையோ டிருக்கலாம் மற்றொரு

சரீரத்தி னும்புகு தலாம்
சலமேல் நடக்கலாம் கனன்மே லிருக்கலாம்
தன்னிகரில் சித்தி பெறலாம்
சிந்தையை அடக்கியே சும்மா இருக்கின்ற
திறமரிது சத்தாகி என்
சித்தமிசை குடிகொண்ட அறிவான தெய்வமே
தேசோ மயானத் தமே.

என்றார் தாயுமானாரும்.

மனிதரியல்பு

மனிதர் எதனோடு பழகுகின்றாரோ, எதை அடிக்கடி நினைக்கின்றாரோ, அவர் அதனதன் வண்ணமாக மாறுந் தன்மையர். மனிதர், தம் மனம் பாச கரணங்களில் தோயப் பெற்று, வஞ்சனை, பொறாமை, லோபம் முதலிய தீக்குண வடிவினராகித், தமது நிலையிழந்து, விலங்கு நிலை அடைவதை வலியுறுத்தக் காட்சியளவை ஒன்றே சாலும். ஆதலால், மனிதர் தம் மனத்தைப் பாச கரணங்களில் தோயவிடாது, அதை அன்பில் தோயவிடுத்துக் காண்பனவும் கேட்பனவும் அன்பு மயமாகப் புலனாகவும், ஒலிக்கவும் செய்து கொள்ளல் வேண்டும். இதற்கு வழி யாது? ஆலயப் பணி என்னலாம்.

வழிபாடு

நாடோறும் கோயில் வழிபாட்டைச் செய்யும் ஒருவரது செயலை எடுத்துக்காட்டாகக் கொள்வோம். கோயில் வழிபாடு செய்யப் புகுந்த அன்னார் நாடோறும் கோயிலுக்குச் செல்லும்போது, அவர் தம் உள்ளத்தில் கடவுள் நினைவு குடிகொள்கிறது. வேறு எண்ணங்கள் அவர் உள்ளத்தில் தோன்றுதல் அருமை. "கோயிலுக்குச் செல்லும் ஒருவரது உள்ளம் வேறு நெறியில் செல்லாது" காக்கப்படல் வேண்டும் என்ற கருத்துக் கொண்டே நம் பெரியோர், 'கோயிலுக்குச் செல்லும்போது, வேறு பேச்சுப் பேசாமலும், வேறு எண்ணம் எண்ணாமலும் செல்லல் வேண்டும்' என்னும் நியதியை

விதித்தனர் இவ்விதியை நடையில் கொண்டு வரவே, 'மகா மந்திரங்கள்' தோற்றுவிக்கப்பட்டன. அம்மகா மந்திரங்களைச் செபித்துக்கொண்டு செல்லும் ஒருவரது மனம் வேறு துறையில் எளிதில் செல்லாது. அவர் திருக்கோயிலடைந்ததும், அலகிடல், மெழுகிடல் முதலிய திருப்பணி களில் ஈடுபடுகிறார். அப்பொழுது அவர்தம் மனம் அன்பு வடிவாகிய ஆண்டவனிடத்துப் பதிந்து கிடக்கிறது. அதற்கு மேல் அம்மனிதர் கடவுளுக்குப் பூக்கொய்யப் பூந்தோட்டஞ் செல்கிறார். செல்லும் பொழுது அவர் மந்திர செபத்துடன் செல்கிறார். பூக் கொய்யும் பொழுதும், பூமாலை தொடுக்கும்போதும், அவர்தம் நினைவு ஆண்டவன் பாலதாகவே யிருக்கும். இன்னோரன்ன திருப்பணிகள் பல செய்து, ஆண்டவனைத் தொழுது இன்பநீர் சொரியப் பெறுவோரின் உள்ளம், வேறு நினைவு களுக்கு இடம் பெறாது, ஆண்டவன் நினைவு ஒன்றற்கே இடம் பெறுகின்றமையால், அவர் பாவச் செயல்களுக்கு ஆளாகாமல் புண்ணியச் செயல்களுக்கே ஆளாகிறார்.

ஆண்டவனை எங்குங் காணல்

இவ்வாறு நாடோறும் கோயிற்பணி செய்யும் ஒருவர் தம்பாலுள்ள சீவகரணங்களெல்லாம் தெய்வ கரணமாக மாறப்பெற்று, ஓரிடத்தில் கண்டு வந்த ஆண்டவன் அன்பு வடிவத்தை, யாண்டும் கண்டின்புறும் ஒரு நிலையை அடைகிறார். அவருக்கு எல்லா உயிருந் தம்முயிர் போலத் தோன்றும். அவ்வன்பர்,

இருநிலனாய்த் தீயாகி நீரு மாகி
இயமான னாய்எறியுங் காற்று மாகி
அருநிலைய திங்களாய் நாயி றாகி
ஆகாச மாய்அட்ட மூர்த்தி யாகிப்
பெருநலமுங் குற்றமும் பெண்ணு ம் ஆணும்
பிறருருவுந் தம்முருவுந் தாமே யாகி
நெருநலையாய் இன்றாகி நாளை யாகி
நிமிர்புன் சடையடிகள் நின்ற வாறே.

எனவரூஉம் அப்பர் திருவாக்கின்படி, கடவுள் உண்மை யைச் சராசரங்களில் கண்டு, 'பூக் கிள்ளல்' முதலியனவும் பாவம் என்னும் உணர்ச்சிபெற்று,

பண்ணே னுனக்கான பூசையொரு வடிவிலே
பாவித் திறைஞ்ச வாங்கே
பார்க்கின்ற மலரூடு நீயே யிருத்தியப்
பனிமல ரெடுக்க மனமும்
நண்ணே னலாமலிரு கைதான் குவிக்கவெனின்
நாணமென் னுள நிற்றிநீ
நான்கும் பிடும்போ தரைக்கும்பி டாதலால்
நான்பூசை செய்யல் முறையோ
விண்ணே விணாதியாம் பூதமே நாதமே
வேதமே வேதாந் தமே
மேதக்க கேள்வியே கேள்வியாம் பூமிக்குள்
வித்தே யவித்தின் முளையே
கண்ணே கருத்தேயென் எண்ணே எழுத்தே
கதிக்கான மோன வடிவே
கருதரிய சிற்சபையு ளானந்த நிர்த்தமிடு
கருணா கரக் கடவுளே.

என்ற தாயுமானார் நிலையை அடைந்து, தம்மை மற்றவர்க்குப் பலியாக்கி, யாம் எமது என்ற பற்றுக்களின்றி, உயிர்களின் நலத்துக்காக வாழவேண்டுமென்னும் நிட் காமிய கருமம் விளங்கப் பெறுகிறார். இத்தகையோரே உயிர்களுக்கு உண்மையாக நலஞ் செய்வோராவர். உள்ளத்திலே பலதிற அழுக்குகளைப் பதிய வைத்துக் கொண்டு,உயிர்களுக்கு நலஞ் செய்ய வருவோர் நம்பற் சூரியரல்லர். இறைவனிடத்து அன்பில்லாதவர் உயிர் களிடத்து அன்புடையராதல் அருமை.

கடவுளிடத்தன்பு உயிர்களிடத்தன்பு

ஈசன் எங்கும் நீக்கமற நிற்கிறான். எங்கும் நிறைந்துள்ள ஒருவனிடத்து அன்பு செலுத்தப்படின், அவன் இருப்புள்ள எங்கும் அவ்வன்பு செல்லும். எங்கும் நிறைந்துள்ள

இறைவன்பால் அன்பு செலுத்தாதவரது அன்பு, எல்லா உயிர்களிடத்தும் நிகழாது. அவர்க்கு அன்பு ஒரே இடத்து ஒவ்வொரு வேளை நிகழும். கட்டுப் பட்ட அன்பு கடவுள் அன்பாகாது. அது விலங்கு அன்பு (பாசம்) எனப்படும். புலி தன் குட்டிகளிடத்து அன்பு காட்டுகிறது. அவ்வன்பை அஃது ஏனைய உயிர்களிடத் துச் செலுத்துவதில்லை. கடவுளுண்மை மறுப்போரது அன்பைப் புலியின் அன்புக்கும் ஒப்பிடலாம். ஆதலால், எங்கும் நீக்கமற நிறைந்துள்ள ஆண்டவனிடத்து அன் புடையவரே எல்லா உயிர்களிடத்தும் அன்புடையவ ராவர். கடவுள் ஒரே இடத்திலிருக்கிறார் என்னுங் கொள்கையுடையாரும் எல்லா உயிர்க்கும் அன்பு செலுத்தும் உயரிய நிலையை யடையமாட்டார். ஈசனிடத்து அன்புடையார் தமக்கும், தம்மைப் போன்றார்க்கும், மற்ற உயிர்கட்கும் அன்பராவர்.

ஈசனுக் கன்பில்லார் அடியவர்க்கும் அன்பில்லார்
எவ்வுயிர்க்கும் அன்பில்லார் தமக்கும் அன்பில்லார்

- சிவஞானசித்தியார்

ஆகவே, ஆலய வழிபாட்டின் நோக்கம், மனத்தைப் பாசகரணங்களில் தோயவிடாது, பத்தி - அன்பு -கரணத் தில் தோயவிடுத்து, 'அஹிம்சா பரமோ தர்ம:' என்னும் உயரிய அறத்தைப் பெறுவிப்பதாகும்.

இவ்வுண்மை கண்டே,

நிலைபெறுமா றெண்ணுதியேல் நெஞ்சே நீவா
நித்தலும்எம் பிரானுடைய கோயில் புக்குப்
புலர்வதன்முன் அலகிட்டு மெழுக்கு மிட்டுப்
பூமாலை புனைந்தேத்திப் புகழ்ந்து பாடித்
தலையாரக் கும்பிட்டுக் கூத்து மாடிச்
சங்கரா சயபோற்றி போற்றி

என்றும்

அலைபுனல்சேர் செஞ்சடையெம் ஆதீ என்றும்
ஆரூரா என்றென்றே அலறா நில்லே

என அப்பரும்,

புண்ணியஞ் செய்வார்க்குப் பூவுண்டு நீருண்டு
அண்ணல் அதுகண்டு அருள்புரியா நிற்கும்
எண்ணிலி பாவிகள் எம்மிறை ஈசனை
கண்ணறி யாமல் நழுவுகின் றாரே

எனத் திருமூலருங் கூறிப் போந்தனர்.

அன்பை வளர்க்குங் கோயில்பணி செய்யாது, வீட்டி லிருந்து திண்ணையில் தூங்கி, வாசாஞானம் பேசிப் பாவத்தில் காலத்தைக் கழிப்போர் மரண மென்னுந் துன்பத்துக்கு ஆளாவர்.

பாவத்தின் சம்பளம் மரணம் - கிறிஸ்து

பேதைமை என்னும் வித்தில் பிறந்தபின் வினைக ளென்னும்
வேதனை மரங்கள் நாறி வேட்கைவேர் வீழ்த்து முற்றிக்
காதலுங் களிப்பு மென்னுங் கவடுவிட்டு அவலம் பூத்து
மாதுயர் இடும்பை காய்த்து மரணமே கனியு மென்றான்

- திருத்தக்கதேவர்

ஆமாறுன் றிருவடிக்கே அகங்குழையேன் அன்புருகேன்
பூமாலை புனைந்தேத்தேன் புகழ்ந்துரையேன் புத்தேளிர்
கோமான்நின் திருக்கோயில் தூகேன் மெழுகேன் கூததாடேன்
சாமாறே விரைகின்றேன் சதுராலே சார்வானே

- மாணிக்கவாசகர்

ஆலயங்களின் தற்கால நிலை

மனிதப் பிறவிக்கு உய்வளிக்குங் கோயில் பணி, இதுகாலை வெறும் பணியாய், வாய்ப்பேச்சுப் பணியாய், போலிப் பணியாய் முடிந்திருக்கிறது. மனிதப் பிறவியின் நோக்கத்தை நிறைவேற்றவல்ல ஆலயப் பணி குலைந்து விட்டது. அதைப் புதுக்கிப் பண்டைய நிலைக்குக் கொணரச் சில அறிஞர் முயல்கின்றனர். அவர்தம் முயற்சியும் பயன் தாராது ஒழிகிறது.

பணிக்கு நிலைக்களமான ஆலயங்கள், சோம்பர், கள்ளர், வேசையர், சோற்றாட்கள் முதலிய தீயர் உலவும் குகைகளாக மாறியிருக்கின்றன. ஆலயங்களில் பணிசெய்வோர் கூலிக்காரராகவும், வயிற்றுச் சாமிகளாகவும் மாறியிருக்கின்றனர். ஆலய அர்ச்சகர் உள்ளத்தைப் பணமும் பிரசாதமும் பிற பேய்களுங் கோயில் கொண்டிருக்கின்றன. ஆலய அர்ச்சகர்க்கும் கல்விக்கும் இடை யில் பொருள் மலையும், சோற்றுக் கடலும் நிற்கின்றன. அவர் தாம் பூசை செய்வன, 'கல், செம்புதானே' என்று எண்ணிப் பலதிறப் பாவங்களையுஞ் செய்கின்றனர். ஆலய அர்ச்சகரின் நிலை இவ்வாறாயின், ஏனையோர் நிலை யைக் கூறலும் வேண்டுமோ?

உருவ வழிபாடு

உருவ வழிபாடு இந்தியாவில் மட்டுமன்றி, ஒரு காலத்தில் உலக முழுவதும் பரவியிருந்தது. பழைய காலத்தில் உலகத்திலுள்ள அனைவரும் உருவ வழிபாடு செய்திருந்தனர். கோயில் அர்ச்சகரின் தீயொழுக்கத் தால் அறிஞர்க்கு அவ்வழிபாட்டிலிருந்த பற்று அறுந்தது. பின்னர் அவ்வறிஞர் உருவ வழிபாட்டையே ஒழிக்க முயன்றனர்.

இப்பொழுது உலக முழுவதும் பரவிவருங் கிறிஸ்துவ மதம் உருவ வழிபாட்டைத் தனக்குள் எவ்விதக் கட்சியுமின்றிப் போற்றி வந்தது. குருமாரின் மறச் செயல்கள் கிறிஸ்துவ மதத்தில் பிளவை உண்டுபண்ணின. பின்னர் உருவ

வழிபாட்டையே ஒழிக்கும் பிரிவு கிறிஸ்துவ சமயத்தில் தோன்றலாயிற்று.

நபி நாயகமென்று போற்றப்படும் மகமதுவும் உருவ வழிபாட்டை ஏற்றுக்கொள்ளவில்லை. அவர் போற்றிய சமயம் விக்கிரக ஆராதனையை வெறுப்பது போல வேறு எச்சமயமும் அதை அவ்வளவு வெறுப்பதில்லை.

உருவ வழிபாட்டிற் சிறந்த நமது பரதகண்டத்திலும் இந்நாளில் பிரமசமாஜம், ஆரிய சமாஜம் முதலியன தோன்றி ஆலய வழிபாட்டை ஒழித்து வருகின்றன. அறிஞர் பலர் உருவ வழிபாட்டை விலக்கி வருகின்றனர். இவ்வளவுக்குங் காரணம், மன அடக்கத்துக்கென ஏற் பட்ட கோயில்கள் மன விகாரத்துக்கும் விரிவுக்கும் களியாட்டத்துக்கும் உரிய கள்ளர் குகைகளாய் மாறினமையே யாகும்.

திருக்கோயில் நிலை இவ்வாறாகவே, 'நாத்திகம்' நமது நாட்டில் கொழுத்து வருகிறது; 'பணி' என்பதே படுத்துவிட்டது. வழி வழி ஆலய சேவை செய்து வருவோருட் சிலரும், சில விளையாட்டுக்காரரும், ஆலய சேவையின் பொருள் தெரியாதாரும். சிறுமைக் குணமுடையாருமே இந் நாளில் பெரிதும் ஆலயசேவை செய்து வருகின்றனர். ஆகவே, ஆலயமும், ஆலய சேவையும் இருந்தும் இல்லாதனவாகவே முடிந்திருக்கின்றன. பயன் விளைவியாமலும், தீமையைப் பெருக்குவித்துக் கொண்டும் உள்ள ஒன்று, இருப்பதும் இறப்பதும் ஒன்றே. இருந்து பயன் விளைவியாத ஒன்று இருந்தாலென்ன? இறந்தாலென்ன? 'எல்லாம் பணி மயம்' என்னும் உண் மையையும், மனிதர்பாலுள்ள குற்றங்களைக் களைந்து அவரை அன்பராக்குவதையும் தன்னிடத்தே கொண்டு விளங்கிய ஆலயப் பணியின் குலைவு, நாட்டின் உயிர்நிலை ஒடுக்கத்தைக் குறிப்பிடுவதாகும். இந்தியாவின் உயிர் நிலை ஒரு போது ஆலயப் பணியிலிருந்தது. அதன் குறை வால் நாட்டில் எல்லாக் குறைகளும் தோன்றலாயின.

வேண்டும் பணி

ஆலயப் பணியின் நோக்கம் பாழ்பட்டதற்கும், ஆலயங்கள் கள்ளர் குகைகளாக மாறியதற்கும், ஆலய சேவை செய்வோர் தொகை அருகியதற்கும், பிற திருப் பணிகள் குறைபட்டதற்குங் காரணம் பலபடக் கூறலாம். அவற்றுள் தலையாயது நாட்டுக் கல்விக்குக் கேடு நேர்ந்தமை யாகும். நாட்டுக் கல்வி அழிவுற்றதற்குக் காரணம் ஆட்சி முறை அயலார் வயப்பட்டுக் கிடப்பதென்பதை விளக்க வேண்டுவதில்லை. பிறர் வயப்பட்டுள்ள ஆட்சி முறை குடிமக்களுடையதாக மாறின், நமது நாட்டுக் கல்வியும் பிறவும் பண்டை நிலை யடையும். ஆதலால், இப்பொழுது நாடு வேண்டும் பணி யாது? இப்பொழு துள்ள ஆட்சி முறையை மாற்றிப் பொறுப்பாட்சியை நிலைபெறுத்துதற்குரிய பணியையே நாடு இந்நாளில் வேண்டுகிறது.

இப்பணியே இப்பொழுது நிகழும் பணிகளுள் தலை யாயது. இப்பணியால் நமது நோக்கம் நிறைவேறப் பெறின், நமது நாட்டுக் கலைகளும் அறங்களும் உயிர் பெறுமாதலால், இந்தியாவில் பிறந்த அனைவரும் இப் பொழுது மேற்கொள்ளத் தக்கது நாட்டுப் பணியே யாகும். எனது உள்ளம் அப்பணியைக் குறிக்கொண்டு, அதன்மீது பதிந்து கிடத்தலால், வேறு பணிகள்மீது நினைவு செல்வதில்லை. அவற்றைப் பற்றி எழுதவுங் கை ஓடுவதில்லை.

நாட்டுப் பணி

மற்றப் பணிகளை விடுத்துத் திடீரென நாட்டுப் பணியில் பாய்ந்ததன் நோக்கத்தை அன்பர்கள் ஊகித் துக்கொள்ளலாம். எல்லா நலங்களும் நாட்டு நலத்தில் அடங்கும். நாட்டு நலத்தில் அடங்காத நலங்கள் இரா. ஒவ்வொரு நலத்துக்கும் ஒவ்வொரு வகை பணி வேண்டும். அவ்வந் நலத்துக்கேற்ற பணி செய்வதைப் பார்க்கிலும் எல்லா நலன்கட்கும்

அடிப்படையாயுள்ள நாட்டு நலத்துக்குப் பணி செய்வதொன்றே சாலும்.

உலகத்திலுள்ள நாடுகளின் நிலையையும், நமது இந்தியாவின் நிலையையும் உற்று நோக்குவோர்க்கு உண்மை புலனாகும். உலகத்திலுள்ள மக்களெல்லாம் பிறப்புரிமை இன்பத்தை நுகர்ந்து வரும் பொழுது, இந்தியர் மட்டும் அவ்வின்பத்தை இழந்து நிற்பதைக் கண்டு எவரே இரங்காதிருப்பர்!

சகோதர நேயம்

இயற்கை வளனும், செயற்கை நலனும் பெற்ற நமது இந்தியா. நீண்டகாலமாகச் சுயஆட்சி யிழந்து, வறுமைக் கும் பிணிக்கும் இரையாகி வருவதை நோக்கும் ஒருவருக்கு எப்பணி சிறப்பாகத் தோன்றும்? இந்தியாவில் பிறந்த ஞானிகள், முனிவர்கள், அன்பர்கள், பெரியோர்கள் கண்ட சகோதர நேயம் என்னும் பேரறம் ஒன்றே உலகத்தை நல்வழியில் நிறுத்தவல்லது. அவ்வறத்தை (சகோதரத் வத்தை) உலகத்துக்கு அறிவுறுத்த வேண்டிய இந்திய மக்கள் பிறப்புரிமையை இழந்திருப்பதால், இவர்கள் சொல்லிற்கு எந்த நாடுஞ் செவி சாய்ப்பதில்லை. பிறப்புரிமை இழந்தவர் சொல் அம்பலம் ஏறல் அரிதே. ஆதலால், முதலில் சுயஆட்சி பெற முயல வேண்டுவது ஒவ்வோர் இந்தியர் கடமை. இவ்வுண்மை உணர்ந்தோர் நாட்டுப் பணியை இழித்துக் கூறார்.

சுயஆட்சிக் குறி

இப்பொழுது நாட்டுப் பணியை இழித்துக் கூறுவோர் இந்திய அறத்தைக் கெடுப்பவராவர். அன்னார் 'தன்னலம்' என்னுங் கொடும் பாவக்குழியில் வீழ்ந்து கிடப்பவரா யிருத்தல் வேண்டும். உயர்ந்த வேதாந் தத்தை - ஆன்ம ஞானத்தை - சகோதரத்துவத்தை- சநாதன தருமத்தை - என்றும் நிலைபேறாக உள்ள பேரறத்தை - உலகத்துக்கு அறிவுறுத்தும் பொறுப்பை ஏற் றுள்ள இந்தியா, இப்பொழுது அப்பொறுப்பை நிறைவேற்றக் கூடாத நிலையிலிருப்பதை அறியாதாருளரோ? நாம் சுய ஆட்சி பெற முயற்சி செய்வது

பிறநாடுகளைப் பற்றுதற் கன்று; வாணிகப் பெருக்கத்துக்கன்று; பிற தீச்செயல் களுக்கன்று; நமது அறத்தை உலகத்துக்கு அறிவுறுத்த வேண்டுமென்னும் ஒரு நோக்கத்தை நிறைவேற்றவே யாகும். மற்ற நாட்டவர் பெற்றுள்ள உரிமையை நாம் பெறுவோமாயின், நாமும் இவ்வுலக மனிதராக அவரால் கருதப்படுவோம். நாம் சுயஆட்சி பெறாது அடிமைக ளாக *(Subject - nation)* வாழ்ந்து வருமளவும் நமது சொல்லை - நமது அறவுரையை - எவரும் செவி மடுக்க மாட்டார். ஆனது பற்றி உலகத்துள்ள மக்கள் நாத்திக வழியில் திரும்பி அல்லற்படுவதைப் போக்க வேண்டு மென்னும் பெருங் கருணை கொண்டு, முதலில் (உலக) சுய ராஜ்ஜியம் பெறவும், பின்னை நமது ஆன்மநேய மென்னும் பேரறத்தை அறிவுறுத்தி, உலகில் சகோதர நேயத்தை நிலைபெறுத்தவும் நாம் முயற்சி செய்தல் வேண்டும்.

இலௌகிகம் வைதிகம்

இந்தியாவில் இப்பொழுது வைதிகத்துக்கு அடிப் படையாயுள்ள இலௌகிகத் துறைகளெல்லாம் பாழ் பட்டுக் கிடக்கின்றன. இலௌகிகம் வளம் பெற்றிருந்தா லன்றி வைதிகம் வளம் பெறாது. உடல் வளமாயிருந்தால் உயிரும் வளமாயிருக்கும். இலௌகிகம் உடல் போன் றது; வைதிகம் உயிர் போன்றது. இலௌகிகத்தைப் புறப்பொருளாகவும், வைதிகத்தை அகப்பொருளாகவுங் கொள்ளலாம். வைதிகத் துறை (அறிவு நெறி) வறுமை எய்தியிருப்பது நேயர்கட்குத் தெரியும். வைதிகத்தின் பொருட்டு இலௌகிகத்தை வளம்படுத்தல் வேண்டுமன்றோ? பலபடக் கிடக்கும் இலௌகிகத் துறைகளுள் ஏதாவது ஒன்று வளம் பெற்றிருக்கிறதா? ஒன்றேனு மில்லை. ஒவ்வொரு துறையுங் குலைந்திருக்கிறது. இதற் குக் காரணம் பொறுப்பாட்சி இன்மை என்று அடிக்கடி நினைவூட்ட வேண்டுவதில்லை. ஆட்சி முறை அயலாரிடத் திருக்கு மட்டும் நமது நாட்டின் அறம் மணம்பெறா தென்பது உண்மை.

இந்தியாவின் முற்கால நிலை

இந்தியத் தொழிலாளர் பலரும், 'நம் நாட்டுத் தொழின்முறைகள் பாழ்படுகின்றனவே' என்று வருந்திக் கவல்கின்றனர். வெறுங் கவலையால் மட்டும் நம் நாட்டுத் தொழின்முறைகள் உயிர் பெறுமோ? ஒருநாளும் பெற மாட்டா. அவைகளை மீண்டும் உயிர்ப்பிக்கவல்ல மருந்து சுய ஆட்சி ஒன்றே. நமது நாட்டின் முன்னிலையையும், இப்போதைய நிலையையும் உற்று நோக்குவோர் உயிர் தரிக்க விரும்புவரோ? உலகத்திலே உள்ள பல இனத்தார் உடை அணியாமலும், தம்மை மனிதர் என்று உணராமலும் விலங்கு வாழ்க்கையை - அநாகரிக வாழ்க்கையை - பேய் வாழ்க்கையை - நடாத்திய போது, நம் இந்தியர் பிறப்புரிமை இன்னதென்று தெரிந்திருந்தனர்; ஒருவரை ஒருவர் அடக்கியாளல் அதருமம் என்று தெளிந்திருந்தனர்.

அந்நாளிலேயே நம்மவர் அரச அங்கத்தைத் திறம் வகுத்திருந்தனர். பொருளாக்கத்துக்கும், அற வளர்ச்சிக்கும், இன்ப நுகர்ச்சிக்கும் என்று அந்நாளில் அரசியல் வகுக்கப்பட்டது. அக்காலத்தில் அரசியல், வஞ்சனை சூது - பொறாமை முதலிய பேய் நீர்மைகளை வளர்க்கவில்லை. பண்டைத் தமிழ் மக்கள் அரசியல் மாண்பைத் தொல்காப்பியம், திருக்குறள், பதிற்றுப் பத்து முதலிய நூல்களிற் காண்க. வயித்தியம், சங்கீதம், வானசாஸ்திரம் முதலிய துறைகளெல்லாம் இந்தியாவில் வளம் பெற்று விளங்கின. அக்காலத்தில் நம்மவர் கட்டிய கோயில்களிலுள்ள ஓவியங்களையும், எழுதிய நூல்களை யும் உன்ன உன்ன உள்ளம் உருகுகிறது. அத்தொழி லாளரெல்லாம் பிறந்த நாடு நமது இந்தியாவன்றே?

இந்தியாவின் இக்கால நிலை

நமது அருமை நாடு இப்பொழுது என்ன நிலையிலிருக்கிறது? எல்லா நலன்களையும் இழந்து வறுமை யுற்றுச் சிறுமைப்பட்டுக் கிடக்கிறது! இவ்வெண்ணமும் தோன்றாத

மனத்தைத் தாங்குவோர் இந்தியராவரோ? நம் நாட்டார் இதுகாலை, வேதாந்தம், வானசாஸ்திரம், வயித்தியம், சித்திரம், சங்கீதம் முதலிய கலைகளைக் கனவிலும் நினையாமல் வயிற்றுக்கு உணவு தேடும் ஒன்றைக் குறிக்கொண்டு பறவைகள் போல் பறந்தும், விலங்குகள் போல் உழன்றும் வாழ்ந்துவரும் நிலையை அடைந் திருக்கின்றனர். வயிறார உண்டு புலனார இயற்கை யின் பத்தை நுகர்ந்து, மெய்யறிவிற் குழைத்து வந்த பாரத கண்டம் இப்பொழுது உணவிற்கும் வருந்தும் நாடாக மாறியிருக்கிறது! சோற்றுக்கு வருந்தும் நம்மவர் எந்தத் துறையில் அறிவைச் செலுத்துவர் பாவம்! இந்தியாவின் இயற்கை வளங்கள் இந்தியாவுக்குப் பயன்படாது, மற்றைய நாடுகளுக்குப் பயன்படுகின்றன. இந்தியத் தாயின் உருவம் மாறுபட்டுவிட்டது. அவள் மேனி கருகி விட்டது. அவள் பொலிவு குலைந்துவிட்டது. முடி யணிந்து, கோல் தாங்கி, பட்டாடை யுடுத்தி, அரியா சனத்து வீற்றிருந்த நம் அன்னை, கட்டத் துணியின்றியும் உண்ண உணவின்றியும் வருந்துங்காலம் நேர்ந்திருப்பதை ஊன்றி நோக்கும் எவருக்கே நாட்டுப் பணி மீது காதல் செல்லாது?

தேசப்பணியே தெய்வப்பணி

சிலர் தேசப்பணியை நாத்திகப்பணி என்றும், தெய்வப் பணியை ஆத்திகப்பணி என்றும் நினைந்து இது போழ்தும் வாழ்ந்து வருகின்றனர். இவர்தம் அறியாமைக்கு இரங்காது வேறென் செய்வது? இவர் தேசப்பணி என்பது மண் பணி என்று நினைக்கின்றனர் போலும்!

மண்ணிலுள்ள மனிதர்க்கே நாம் செய்யும் பணி பயன்படுகிறது. மனிதர்க்குச் செய்யும் பணி அவர் தம் உள்ளத்துள்ள ஆண்டவனையே சாரும். ஆதலின், தேசப் பணி என்பது தெய்வப் பணியே என்க. உயிர்களை வழி படுவதும், ஆண்டவனை வழிபடுவதும் ஒன்றே. இதைக் குறித்து யான் பல முறை எழுதியும் பேசியுமிருக்கிறேன். ஆதலால் அதைப்பற்றி ஈண்டு விரித்தெழுதாது செல்கிறேன். தேசத்தில்

உலவும் (நடமாடும்) கோயில்களுக்குப் பணி செய்யாது, ஒரே இடத்திலுள்ள விக்கிரகங்களுக்குப் பணி செய்வது அறியாமையே யாகும். அண்டை வீட்டு ஏழை பசியால் வருந்துவதைக் கண்டும் கேட்டும் அவனை நோக்காது, பாலும் பழமும் தேனுங் கொண்டு போய் விக்கிரகத்தின் தலையில் பொழிந்து இன்புறுவோன் பூசையைக் கடவுள் ஏற்றுக் கொள்வரோ? ஒருபோதும் ஏற்றுக்கொள்ளார். இயற்கைக் கோயிலை வழிபடாது, செயற்கைக் கோயிலை மட்டும் வழிபடுவோர், கடவுள் அன்பு வடிவாக உயிர்களில் எழுந்தருளியுள்ள உண்மை யறியாத பேதை மாக்களே யாவர். தேசத்திலுள்ள மக்கள் பட்டினி கிடந்து வருந்துங்காலை, செல்வர் பயனற்ற காரியங்களுக்குப் பணத்தைக் கொடுப்பதும், கற்றவர் பயனற்ற பொருள்களில் தமது அறிவைச் செலுத்துவதும் வெறுக்கத் தக்கனவே. தேசத்தில் மக்கள் உயிர்கள்- தெய்வக் கூறுகள்-வருந்தி உழலுங் காலத்து, பல்லாயிரக் கணக்கான பணத்தைக் கோயில் கட்டடத்துக்கும், வாகனத்துக்கும், தேருக்கும், மடமைக்கும், வக்கீலுக்கும், தாசிக்கும், பொன்னுக்கும், பிணத்துக்கும், வேறு பல களியாடல்களுக்கும் சொரிவது அன்பர் செயலாகாது. இத்தகைய மூடச் செயல்கள் நமது நாட்டை விடுத்து அறவே அகலல் வேண்டும். நான் இவ்வாறு கூறுவது சிலருடைய மனத்தைப் புண்படுத்தலாம். இக் கால அறத்தை வலியுறுத்த வேண்டுமென்று என்னுள் ளத்துள்ள தெய்வ ஆணை (மனச்சான்று) என்னைப் பிடர் பிடித்து உந்துகிறது.

அதுவழியே யான் நடக்கக் கடமைப்பட்டிருக்கிறேன். அத்தெய்வ ஆணைக்கு மாறு பட்டு நடப்பேனாயின், யான் மனிதப் பிறவி எடுத்தவனாகேன். எனது கடமையை யான் செய்கிறேன். எவர் என்ன கூறினும், என்ன நினைப்பினும், என்ன செய்யினும் எனது மனச்சான்று வழியே யான் எழுதுவேன்; பேசுவேன்; நடப்பேன். என் உரைகளால் சிலர் உள்ளம் புண்படுமாயின், அதனால் விளையும் பாவத்தை என்னுள் ளத்திலுள்ள தெய்வம் தாங்கிக்கொள்ளும் என்னும் உறுதி எனக்குண்டு.

ஒருமுகச் சேவை

நமது நாட்டில் செய்யத்தக்க பணிகள் பலபடக் கிடக்கின்றன என்று சிலர் நினைக்கின்றனர். சிலர் பல துறைகளில் விழுந்து பணிசெய்தும் வருகின்றனர். ஒரு சிலர் சமயத்துக்கென்று உழைக்கின்றனர்; வேறு சிலர் சீர்திருத்தத்துக்காகப் பாடுபடுகின்றனர்; மற்றுஞ் சிலர் கல்வித் துறைகளில் இறங்கி உழைக்கின்றனர். இவரனைவரும் ஒன்றுபட்டுத் தம் உழைப்பை நாட்டுப் பணியில் ஒருமுகமாகச் செலுத்தின், நாட்டு நலம் விரைவில் பண்படும். நாட்டுப்பணி ஒன்றில் தலைப்படுவதே விழுப்பம்.

நாட்டுப்பணியாவது முழு விடுதலை (பூரண சுதந் திரம்) பெற முயற்சி செய்வது. உரிமையில்லா நாடு வறுமைக்கும், பிணிக்கும். தீயொழுக்கத்துக்கும், நாத்தி கத்துக்கும் இரையாகிக்கொண்டே போகும். நமது நாடு இப்பொழுது இவற்றிற்கு இரையாகி வருவதை உன்னுங்கால் எந்த உண்மை இந்தியன் வயிறு எரியாம லிருக்கும்?

நமது நாட்டின் முன்னிலையை உணர, நமது நாட்டு நூல்களைத் தொடுவோர் யாவர்? நமது நாட்டு நாகரிகம் அருகி வருவதைக் கவனிப்போர் யாவர்? நமது நாட்டு அறிஞர் தொகை அருகி வருவதைக் கருதுவோர் யாவர்? நமது நாட்டுக்குரிய கல்வி அறிவுறுத்தப்படுகிறதோ? நமது நாட்டுக்குரிய தொழில்கள் கற்பிக்கப்படுகின் றனவோ? நமது நாட்டுக்குரிய ஒழுக்கமுறைகள் போதிக் கப்படுகின்றனவோ? அந்தோ! பாரத நாடே! உனது கல்வி எங்கே? உனது தொழில் எங்கே? உனது ஒழுக்கம் எங்கே? கண்ணீர் பெருகுகிறது! நாட்டுப்பணி ஒன்று செய்து, சுயஆட்சி பெறுவோமாயின், நமது நாட்டில் இப்பொழுதுள்ள குறைகள் பல ஒழியும். ஒவ்வொரு குறையைப் போக்க ஒவ்வொரு துறையில் இறங்கி உழைப்பதனால் நாடு முழு விடுதலையை விரைவில் அடையாது. ஆனது பற்றி எல்லாரும் ஒன்றுபட்டு நாட்டுப் பணி செய்ய ஒருப்படுதல் நலம். நம் முன்னோர் தெய்வ பக்தியை வளர்க்க எவ்வெம் முறைகளைக் கொண்டனரோ,

அவ்வம் முறைகளை இப்பொழுது நாட்டுப் பணிக் குங் கொள்ள நாம் முற்படல் வேண்டும்.

பணித்திறம்

தேசப் பணிக்கு வேண்டாற்பாலது தேசபக்தி. தேசபக்தி ஊட்டக்கூடிய துறைகள் பலவற்றையும் நம்மவர் கைக்கொள்ளல் காலத்துக்குரிய அறமாகும். பாரத மாதாவிற்கென நிலையங்கள் கோலலும், விழாக்கள் எடுத்தலும் வேண்டும்; புராணங்கள் பாடலும், தேச கீதங்கள் பாடலும், தேசபக்தி ஊட்டவல்ல நாடகங்கள் நடித்தலும் நல்லன. சொற்பொழிவுகள் யாவும் தேசபக்தியை எழுப் பக்கூடியனவாயிருத்தல் மாண்பு. பண்டைக் காலத்தில் நம் முனிவரர் தம் மனைவி, சகோதரி, தாய் முதலியவருடன் தவப்பணியை எங்ஙனம் செய்து வந்தனரோ, அங்ஙனமே நாமும் நாட்டுப் பணியைச் செய்யப் பெண் மக்கள் கூட்டுறவைப் பெறுதல் விழுப்பம். ஒருபாலார் செய்யும் எந்தச் செயலும் பயனளியாது என்பது திண்ணம். இருபாலாரும் நாட்டுப் பணியை வளர்க்க முந்த வேண்டுமென்பது எனது வேட்கை.

இப்பொழுது ஒரு சிலரே நாட்டுப்பணி செய்து வருகின்றனர். அவ்வொரு சிலர் உழைப்பால் இந்தியா முழு விடுதலை பெறுதல் அருமை. ஆதலின் வீட்டிலுள்ள தாய்மார், சகோதரிமார் சிந்தை தேசப்பணியைப் பற்றி நிற்பதாக. அஃது அவரது கருவிலுள்ள பிண்டத்திலும் ஊறுவதாக. இந்தியாவில் வாழும் பல சமயத்தவரும் தேசத்தொண்டைத் தம் சமயத் தொண்டாகக் கருதுவாராக. இந்தியர் அனைவரும் தேசப்பணியையே தம் சமயமாகக் கொண்டிருக்கின்றனர் என்னுஞ் செய்தி உலகமெல்லாம் பரவுவதாக. ஒவ்வோர் இந்தியரும் தம் பணியைத் தேசப்பணியாகத் திருப்பல் நல்லது. தேசப் பணிக்காகவே நாம் படைக்கப்பட்டோம் என்னும் எண் ணம் இந்தியர் நெஞ்சில் வேரூன்றல் சிறப்பு. இந்தியா முழுவதும் ஓரினமாகும் நாளே இந்தியாவின் விடுதலை நாளாகும்.

ஒற்றுமை

நாட்டுப் பணிக்கு இன்றியமையாதது ஒற்றுமை. அவ்வொற்றுமையைக் குலைக்குஞ் சாதிப்பகை முதலிய வற்றை இனிப் பாராட்டுவோர் தேசத் துரோகியாவர். சாதிச் சண்டை, சமயச் சண்டை, பிற மூடச் சண்டைகள் அனைத்தையும் கட்டிச் சுருட்டி வங்காளக் குடாக்கடலில் எறிதல்வேண்டும். நமது நாட்டுத் தெய்வபக்தர்கள் சாதிப்பகை முதலியவற்றில் தலைப்படவேயில்லை. ஹிந்து மதாசாரியர், தெய்வத்தை வழிபடுவோர் அனைவரும் ஒரு சாதியினரே என்னுங் கொள்கை யுடையவராய் வாழ்ந்து வந்தனர்.

சங்கநிதி பதுமநிதி இரண்டுந் தந்து
தரணியொடு வானாளத் தருவரேனும்
மங்குவார் அவர்செல்வம் மதிப்போ மல்லோம்
மாதேவர்க் கேகாந்த ரல்ல ராகில்
அங்கமெலாம் குறைந்தழுகு தொழுநோ யராய்
ஆவுரித்துத் தின்றுழலும் புலையரேனும்
கங்கைவார் சடைக்கரந்தார்க் கன்ப ராகில்
அவர்கண்டீர் நாம்வணங்கு குங் கடவு ளாரே

-அப்பர்

தெய்வப்பணி செய்வோர் அனைவரும் எம்ஙனம் ஓரினத்தவராகக் கருதப்பட்டனரோ, அங்ஙனமே நாட்டுப் பணி செய்வோர் அனைவரும் ஓர் இனத்தவராகக் கருதப்படல் வேண்டும். இந்தியாவில் பிறந்த அனைவரும் ஓர் இனத்தவராகவே எண்ணப்படல் வேண்டும். சாதிச் சண்டை, சமயச்சண்டை முதலியவற்றை வளர்த்து வருவோரை நான் எனது நாட்டுப் பகைவர் என்றே கருது கிறேன். சண்டையில் காலங் கழிப்பது அறியாமை. அந்தோ! அவ்வரிய காலம் நமது பாராதமாதாவின் தொண்டிற்குப் பயன் படலாகாதா என்னும் எண் ணம் எனக்கு அடிக்கடி நிகழ்வதுண்டு. சாதிச் சண்டை முதலியவற்றில் தலைப்படும் நண்பர்கள். தங்கள் நாட்டின்

பொருட்டாவது, தருமத்தின் பொருட்டாவது, தங்கள் பகைமைகளை ஒழிக்குமாறு அவர்களைக் கேட்டுக்கொள்கிறேன். இந்தியாவில் பிறந்த மக்களை, மக்களாகப் பிறர் மதியாமலிருக்கிற இந்நாளில், தங்களுக்குள் பூசல் விளைத்துக்கொள்வது என்ன ஆண்டகைமையோ தெரியவில்லை. பிறப்புரிமை இழந்து பேடிகளாயுள்ள நாம் நம்மை ஆண்டகை யாளராக எண்ணி, நமக்குள் கலாம் விளைத்துக் கொள்வது அறியாமையன்றோ? மற்ற நாட்டார் இந்தியாவை எவ்வாறு மதிக்கின்றனர் என்று சாதிச் சண்டை செய்வோரும், அவர் போன்ற ஏனைய கலகக் காரரும் கருதுவதுண்டோ என்னவோ தெரியவில்லை. அதை அன்னார் கருதுவாராயின் சண்டையிடார். சாதிச் சண்டை முதலிய முரட்டுச் செயல்கள் இந்தியாவில் இனித் தலைகாட்டலாகாது. அவற்றை ஒழிக்க முயல்வதும் ஒருவிதப் பணியே யாகும்.

இந்தியர் ஆலயம்

இனி இந்தியர்க்கு ஆலயம், இமயகிரியைக் கோபுரமாகக் கொண்ட இந்தியாவே. இமயகிரியே கோபுரம்; இவ்வாலயத்தில் உலவும் பாரத மக்களே தேவர்கள்; வந்தேமாதர மந்திரமே மகா மந்திரம்; இம் மகா மந்திரத்தை ஓதிப்பரத கண்டத்தை வழிபடுவதே தெய்வப் பணி என்னும் விரதத்தை ஒவ்வோர் இந்தியருங் கொள்வாராக. ஓர் ஆலயத்தை வழிபடுவதினும், ஒரு குடும்பத்தை வழிபடுவதினும், ஒரு கிராமத்தை வழிபடுவதினும், ஒரு தேசத்தை வழிபடுவது சிறந்த புண்ணியம். அதனினுஞ் சிறந்தது அண்டத்தை வழிபடுவது. அதுவே உலக சகோதரத்துவம் என்பது. அச் சகோதர நேயமே இந்தியாவின் பேரறம். அதை வளர்க்க நாம் முதலாவது உரிமை பெற்ற நாட்டவராதல் வேண்டும். அது பற்றியே முதலாவது பரத கண்டத்தைக் கோயிலாக வழிபடுமாறு என் சகோதரர்களை யான் கேட்டுக் கொள்கிறேன். பாரத நாட்டை வழிபடும் முறைகளைத் தேச மகா சபைகள் காலத்துக் கேற்றவாறு வெளியிடும்.

(இக்கட்டுரையை யான் அநுபந்தத்துக்கென எழுதியபோது ஒத்துழைக்கும் முறைகள் ஆட்சியிலிருந்தன. இதைப் பெயர்த்துப் புத்தக வடிவாக்கியபோது ஒத் துழையா இயக்கம் தோன்றிற்று. பின்னே பல மாகா ணங்களில் காங்கரஸ் ஆட்சி நடைபெற்றது. இப் பொழுது ஒருவித சுயராஜ்யம் நிகழ்கிறது. இனி முழு விடுதலைக்கென்று என்னென்ன இயக்கங்கள் தோன் றுமோ அறிகிலேன்.) நாட்டுப் பணி காலத்துக்கேற்றவாறு மாறுபடுவதென்பதை ஈண்டு வலியுறுத்துகிறேன். நாடு அடிமைத் தன்மையினின்றும் நீங்கி விடுதலை பெறி னும், நாட்டில் பணி யிராதென்று நினைத்தலாகாது. அப் பொழுது நாட்டில் அரசியல் கிளர்ச்சிப் பணி குன்றலாம்; வேறு பணிகள் பெருகலாம்.

அருளாட்சி

நமது நாடு சுயஆட்சி பெற்ற பின்னர் நமது நாட்டவர் பெரும்பணி செய்யுங் கடமை ஏற்றல் வேண்டும். உலகத்திலுள்ள அரசுகளெல்லாவற்றையும் அன்பு மொழிகளால் சத்தியாக்கிரக நெறி நிற்கும் அருளரசுகளாக்க முயலல் வேண்டும். சத்தியாக்கிரக நெறியை உலகத்தில் நிலவச் செய்யா தொழிவோமாயின், மீண்டும் நாம் உரிமை இழந்து அடிமைகளாவோம். நம் உரைக்கு உலகத்தவர் மதிப்புக் கொடுக்கும் பொருட்டுச் சுதந்திர ஆட்சி பெறவே நாம் இப்பொழுது அரசியல் கிளர்ச்சி செய் கிறோம். அரிச்சந்திரன், இராமன், கிருஷ்ணன், விருஷப தேவர், புத்தர், திருவள்ளுவர், கிறிஸ்து, மகமது முதலிய பெரியோர் கண்ட உண்மையை - அறிவை - இன்பத்தை- உணர்த்தும் சகோதர தருமத்தை உலகமுழுவதும் வளர்க்கவே நாம் இப்பொழுது சுயராஜ்ஜியம் பெற முயல்கிறோம். வேறு உலகாயத மத எண்ணங்கொண்டு நாம் கிளர்ச்சியும் முயற்சியும் செய்கின்றோமில்லை.

நமது கிளர்ச்சியாலும் முயற்சியாலும் வரும் உரிமை இன்பத்தை ஒரு கூட்டத்தார் கொள்ளையிடல் நேரினும் நேரும். ஒல்லும்வகை அப்படி நேராதவாறு காக்க

வேண்டுவது ஏழைகட்குழைக்குந் தொண்டர்கள் கடமை. முதலாளிகள் தங்கள் செல்வத்திமிரால் ஏழைகளை ஏமாற்றித் தங்கட்கு மட்டும் நன்மை பயக்கும் ஓர் ஆட்சிமுறை வகுத்துக் கொள்ளினும் கொள்வார்கள். முதலாளி ஆட்சியால் நாட்டில் சகோதரத்துவம் ஓங்கி வளராது. ஆதலால், முதலாளி தொழிலாளி என்னும் வேற்றுமை நிகழாதவாறு, இறைவன் படைப்புக்கு உட் பட்ட இயற்கை எவர்க்கும் பொதுவாகப் பயன்படு முறையில் பணிசெய்யும் ஓர் ஆட்சிமுறை வகுக்கப்படல் வேண்டும். செல்வப் பொருளில் பகைமை விளையாதவாறு ஆட்சிமுறை கோலப்படின், மக்கள் பொறாமை ஆசை முதலிய பேய்களுக்கு இரையாகாது,கடவுள்நிலை யடைவார்கள். மக்கள் கடவுள்நிலை யெய்துவதற்குத் துணை நிற்கும் ஆட்சிமுறை போற்றற்குரியதன்றோ? அவ் வாட்சியே அருளாட்சி எனப்படும்.

பண்டை அரசியல்

பண்டைத் தமிழ்மக்கள் அறம் பொருள் இன்பம் என்னும் மூன்றனுள் - நடுவணதாகிய பொருளின்பால் அரசியலைப் புகுத்தினார்கள். மக்களை அறவழியில் நிறுத்தி, அவர்கட்கு இன்பம் நல்க வல்லது பொருள் என்பது அநுபவத்தில் உணரும் உண்மை. அறத்துக்கும் இன் பத்துக்கும் காரணமாக உள்ள பொருட்பாலில் அரசியல் பொலிவதன் உள்ளக்கிடக்கையை ஆராய்ந்தால், நம் முன்னோரின் அரசியல் நோக்கம் இனிது புலனாகும்.

அறம் பொருள் இன்பம் என்னும் மூன்றனுள் அறமும் பொருளும் புறப்பொருளென்றும், இன்பம் அகப்பொரு ளென்றுஞ் சொல்லப்படும். புறப்பொருள் அகப்பொருள் என்பனவற்றுள் அரசியல் புறப்பொருளின் பாற்பட்டது. அகமும் புறமும் ஒன்றற்கொன்று தொடர்புடையனவா யிலங்குவன. ஒன்றை விடுத்து மற்றொன்று நிகழாது. புறம் வளம்பெறின், அகமும் வளம் பெறும். அகம் கேடுறின் புறமும் கேடுறும். ஒன்றற்கொன்றுள்ள இயைபு என்றும்

எக்காரணம் பற்றியும் அழிந்துபடாது. புறப் பொருளின் பாற்பட்ட ஆட்சிமுறை கோணின், அவ்வாட் சிக்கு உட்பட்ட மக்கள் அக இன்பத்தை இனிது நுகர மாட்டார்கள். அக இன்பத்தை இனிது நுகராத மக்கள் அறநெறி நின்றொழுகல் அரிது. அறநெறி வழுவுமிடத் தில் சகோதரநேயம் நிகழாது. ஆங்கே வலியார் எளியாரை அடக்கியாள்வர்; மூர்க்கசக்தி யாண்டும் மக்களைத் துன்புறுத்தும். மூர்க்கசக்தி எழுதற்கு இடந்தாராத ஓர் ஆட்சிமுறை பண்டைக் காலத்தில் நமது நாட்டில் நிலவியிருந்தது. அதைப் போன்ற ஒன்றை இந்நாளில் வகுத்துக் கொள்வது நலம். முதலாளி தொழிலாளி என்னும் வேற்றுமை நிலவுமட்டும் மூர்க்கசக்தி தன் ஆட்சி செலுத்திக்கொண்டே யிருக்கும். மக்கள் ஆசைக் கும் பொறாமைக்கும் நிலைக்களமாகும் அரசைக்கோலாது, அவைகளைக் களையும் அருளாட்சியைக் கோலின் சகோதரத்துவம் யாண்டும் பொலியும்.

அருட்பணி

நமது நாட்டில் சகோதர தருமத்தை வளர்க்கும் ஆட்சிமுறை வகுத்து, அதைச் செழுமையுற ஓம்பி, அதன் வாயிலாகச் சகோதர தருமத்தை எல்லா நாடுகளிலும் பரப்பி, இப்பொழுது உயிர்களை வருத்தி வரும் இக்கால நாகரிக ஆட்சிகளை மாற்றி, மூர்க்க சக்தியை - தேகாத்ம வாத புத்தியை - கடவுளால் படைக்கப்பட்ட மக்களனை வருஞ் சகோதரர் என்ற உணர்ச்சியை மறைத்துவரும் இராட்சத குணத்தை -ஒழிக்க முயலுதல் நமது கடமை. தீய வழியில் பொருளீட்டுதற்கென்றும் அவ்வழியில் வாணிபம் நடத்துதற்கென்றும் ஏற்பட்டுள்ள அரசியல் முறைகள், அன்பை - அருளை - ஜீவகாருண்ணியத்தை வளர்க்கும் முறையில் மாற்றப்படல் வேண்டும். இதற்கு இந்தியா கடமைப்படாது வேறு எந்நாடு கடமைப்படும்? ஆதலால், இந்தியாவிற்கு முன்னே நிற்கும் பணி பெரியது; மிகப் பெரியது. இப்பணி உயிர்களுக்குள் சகோதர உரிமையை விளங்கச் செய்வதாதலின், இதனை அருட் பணி என்னலாம். அருட்பணியாவது, தேசப்பணி யளவில் கட்டுப்பட்டு

நில்லாது, எல்லாத் தேசங்களின் நலனையும் நாடிச் சகோதர தருமத்தைப் பரப்பச் செய்வதாக நிலவுவதென்க.

ஒழுக்கம்

பணிக்கு உயிர்நாடி ஒழுக்கம். ஒழுக்கமுடையோரே பணிக்கு உரியர். ஒழுக்கமில்லாதாரது பணி நிஷ்காமிய முடையதாகாது. ஒழுக்கமில்லாதவன் பிணம் போன்றவன். 'ஒழுக்கம் விழுப்பம் தரலால் ஒழுக்கம்-உயிரினும் ஓம்பப்படும்' என்றார் திருவள்ளுவர். ஒழுக்கமில்லாதவன் பணியால் உலகத்துக்குக் கேடு விளையும். தனக் கென வாழாது பிறர்க்கென வாழ்ந்து பணி செய்வது எளிய காரியமன்று. நிஷ்காமியப் பணி செய்ய வெளி வருவோர் குணமென்னும் குன்றேறி நிற்பவராயிருத்தல் வேண்டும்.

பணியில் காதல் உள்ளவர் முதலாவது தம்மிடத் துள்ள அழுக்குகளைக் கழுவ முயல்வாராக. அன்னார், கொலை களவு கள் காமம் பொய் முதலிய பாவங்களைக் கனவிலும் மறந்துங் கருதலாகாது. பொருளாசை, புறங் கூறல், பிறர் குற்றம் பாராட்டல், வன்மங்கொள்ளல், களியாடல்களைக் காமுறல், பொறாமை கொள்ளல், பக்கத் தாரை ஐயுறல், சிற்றினஞ் சேரல் முதலிய குற்றங்கட்கு நிஷ்காமியப் பணி செய்வோர் என்றும் ஆளாதல் கூடாது. நிஷ்காமியப்பணி செய்வோர் உள்ளத்தில் என்றும் அன்பு, அருள், உண்மை, இன்பம், பொறுமை முதலிய நறுங்குணங்கள் ஊர்ந்து கொண்டிருத்தல் வேண் டும். அவர் மாதரைத் தாய் போல் கருதல் வேண்டும். தூர்த்தர் பணியால் எவ்வித நலனும் விளையாது. உயிர் களுக்குப் பணி செய்யப் புகுவோர், தமது அன்றாட வாழ்க்கையைத் தூய்மையினின்று எக்காரணம் பற்றியும் வழுவ விடலாகாது. ஒழுக்கவீனர், பணியென்னும் பெருந் துறையிலிறங்கி, அதைக் கலக்காமலிருப்பது மற்றவர் நலங் கருதி உழைக்கவேண்டு மென்னும் எண்ணங் கொள்வோர், இல்வாழ்க்கையில் நன்கு பழகி, ஒழுக்கத்தினின்று வழுவாத மனஉறுதி பெற முயலல் வேண்டும்.

ஒரு குடும்பம் ஒரு நாடு போன்றது. குடும்பப் பணி யைப் பயன் கருதாது குறைவற நிறைவேற்றும் ஆற்றல் உற்ற பின்னர்ப் பற்றில்லாப் பெரும் பணி செய்யப் புறப் படுதல் நலம்.

தமது நலங்கருதிப் பயன் கருதாதார் போல நடித் துப் பணிசெய்து ஊரை வஞ்சிப்போர், தீயொழுக்க மென்னும் நரகத்தில் இடர்ப்படுவோரே யாவர். சில தீயொழுக்கமுடையோர் தமக்குள்ள கல்வியாற்றலால்- நாவன்மையால் -பணிசெய்வோர் போல் நடித்து மக்களை ஏமாற்றுவது வழக்கம். ஒருவரது கல்வியறிவை யும் நாவன்மையையும் மட்டுங் கண்டு மக்கள் ஏமாறலா காது. கல்வி யறிவோடு - நாவன்மையோடு - நல்லொழுக் கமுமிருத்தல் சிறப்பு. கல்வியறிவு நாவன்மை இவை களினுஞ் சிறந்தது ஒழுக்கமுடைமை. கல்வியறிவினும் நாவன்மையினும் ஒழுக்கமே விழுப்பந்தருவது. ஆதலால், பயன் கருதாப்பணி-நிஷ்காமியப்பணி- செய்ய வோர் ஒழுக்கமுடையவராயிருத்தல் வேண்டுமென்பதை இன்னும் வலியுறுத்தத் தேவையில்லை.

'என்கடன் பணிசெய்து கிடப்பதே' என்று பணி யின் சிறப்பைக் கூறிய அப்பர் சுவாமிகள், 'பொய்யினைத் தவிர விட்டு' என்றும், 'நெஞ்சினைத் தூய்மை செய்து' என்றும், 'நீதியால் நினை செய் நெஞ்சே' என்றும், 'சீலமும் நோன்பு மாவார்' என்றும், 'பொருத்திய குரம்பை தன்னுட் பொய்நடை செலுத்துகின்றீர் - ஒருத்தனை உணரமாட்டீர் உள்ளத்திற் கொடுமை நீக்கீர்' என்றும், 'ஓதியே கழிக்கின்றீர்கள் உலகத்தீர் ஒருவன் தன்னை- நீதியால் நினைய மாட்டீர் நின்மலனென்று சொல்லீர்' என்றும்,'நீதியால் வாழமாட்டேன் நித்தலுந் தூய னல் லேன்' என்றும், 'கரவிலா மனத்த ராகிக் கைதொழு வார்கட் கென்றும்' என்றும், 'கரவாடும் வன்னெஞ்சர்க் கரியானை' என்றும், 'நீதியால் நின்னை யல்லால் நினையுமா நினைவிலேனே' என்றும், 'வஞ்சகர்க் கரியர்போலும் என்றும், 'கள்ளம் உள்ளவருக் கருள்வானலன்' என்றும், ‘பொக்கமிக்கவர் பூவுநீ ருங் கண்டு, நக்கு நிற்பன் அவர் தமை

நாணியே' என்றும், 'வஞ்சனையால் அஞ்செழுத்து வழுத்துவார்க்குச் சேயானை' என்றும், 'பெய்யானைப் பொய்யரொடும் விரவாதானை' என்றும், 'தூ நெறிக்குந் தூநெறியாய் நின்றார் போலும்' என்றும் ஒழுக்கத்தின் விழுப்பத்தை ஓதியிருத்தல் காண்க.

பணியின் திரிபு

நாட்டுப்பணி இதுகாலை வேண்டப்படுவதாதலால், அதை இக்கட்டுரையில் சிறப்பாகச் சிறிது எடுத்துக் காட்டினேன். எதிர்கால இந்தியா விரும்பும் பணி வேறொன்றாகலாம். அப்பொழுது, 'என்கடன் பணி செய்து கிடப்பதே' என்பதன்கண் போந்துள்ள 'பணி' வேறு நோக்கத்தைக் குறிக்கொண்டு நிற்கும். காலத்துக் கேற்றவாறு 'பணி' என்பதற்கு விரிவுரை வரைந்ததைக் குறித்து என்மீது சமயப் பற்றுடையார் பழி சுமத்தா திருப்பாராக.

பணி ஒன்றே. அது, கால நிலைக்கேற்றவாறு திரிந்து நிற்கும். அஃது ஒரு காலம் ஆலயப் பணியா யிருக்கும்; மற்றொரு காலம் தேசப் பணியாக மாறும்; இன்னொரு காலம் சமயப்பணியாகப் புரளும்; வேறொரு காலம் சமூகப் பணியாகவும் திரும்பும். எப்பணி செய்யினும் அது நிஷ்காமியமாகச் செய்யப்பட வேண்டுமென்பது மட்டும் என்றும் நிலைபேறாக நிலவும் ஓர் அறம். இவ் வுண்மை என்றும் மாறாதது. நிஷ்காமியப் பணிக்கும் கடவுள் பணிக்கும் வேற்றுமையில்லை.

5. செய்து கிடப்பதே

பணிசெய்து கிடத்தலே உயிர்களின் நோக்கமாதலால் 'செய்து கிடப்பதே' என்று அப்பர் கூறினர். ஏகாரத்தை அசையாக் கொள்வோரும் உளர். எனக்கு அங்ஙனங் கொண்டு பொருளுரைக்க விருப்பமில்லை. சராசரங்களை அளிக்குங் கடவுள், என்றும் பணி செய்த வண்ணம் இருத்தலான், அவர்தம் படைப்புக்கு உட் பட்ட உயிர்களும், பணி செய்தவண்ணம் இருத்தல் வேண்டும். கடவுள் கைம்மாறு கருதாது பணி செய்வ தைப்போல, மக்களுங் கைம்மாறு கருதாது கால நிலைக் கேற்ற பணி செய்தல் வேண்டும். வீட்டின்பத்தைப் பார்க்கிலும் பணிசெய்தலில் எனக்கு விருப்பம் அதிகம். கடவுள் குணத்தை ஒருவன் அடைய வேண்டுமானால், அவன் நிஷ்காமியப் பணி செய்தல் ஒழுங்கு. கை கால் கண் மூக்கு இல்லாத ஒரு நிர்க்குணத்தை நினைத்துச் செய்கையற்றிருக்க விழைவதினும், ஓயாது ஐந்தொழில் செய்யுஞ் சகுண மூர்த்தியை நினைந்து நினைந்து, அவரைப் போலக் கைம்மாறு கருதாது பணிசெய்ய விழைதல் ஒப்புரவை வளர்ப்பதாகும். பணி செய்வோர்க்குச் சகுணமூர்த்தி பெருந்துணை செய்வாராதலால், ஈண்டு அம்மூர்த்தியைக் குறிப்பிடலானேன். நிர்க்குண வாழ்வைப் பெறுவோர் பெறுக.

சில நாள் பணி செய்து, பின்னை என்றும் வீட்டின்பத் தில் செய்கையற்றுக் கிடப்பதினும், என்றும் பணிசெய்து கிடப்பது சிறப்புடைத்தாதலாலும், அப்பணியால் மற்ற வர்க்கு நலம் விளைவதாலும் 'பணிசெய்து கிடப்பதே என்று அப்பர் அருளினர். 'வித்தகம் பேச வேண்டாம் பணிசெய்ய வாருமென்றார்' என்னும் பெரிய புராண வாக்கும் ஈண்டு நினைவிற்கு வருகிறது.

பயன் கருதல் கருதாமை

பணி செய்து கிடத்தலே மக்கள் கடமை யெனில் ஆன்மாக்களின் அறியாமை நீங்கி, மாயை ஒழிந்து, கரு மங்கெட்டு, அவை ஆண்டவன்போல் ஆவது எக்காலம் என்று சிலர் வினவலாம். நாம் தொண்டு செய்து ஆண்ட வன்போ லாதல்வேண்டு மென்று நினைத்துச் செய்யும் பணியும் பயன் கருதும் (காமியம்) ஒன்றாதலால், அந் நினைவு கொண்டும் பணி செய்தலாகாது.

ஆசை யறுமின்கள் ஆசை யறுமின்கள்
ஈசனோ டாயினும் ஆசை யறுமின்கள்
ஆசைப் படப்பட ஆய்வருந் துன்பங்கள்
ஆசை விடவிட ஆனந்த மாமே.

எனவரூஉந் திருமூலர் திருவாக்கு ஈண்டுக் கருதற்பாலது. காமியப்பணி செய்வோரது கருமங் கெடாதிருத்த லால் அவர் அடிக்கடி மாயா உடலைத் தாங்குவர். காமியப் பணியாளரின் எண்ணங்கள் யாவும் தந்நலங் கருதி எழு கின்றமையால், அவை மீண்டும் மீண்டும் மாயா உடலா கப் போந்து உயிரைப் பற்றியே செல்லும். நிட்காமியப் பணியாளரின் எண்ணங்கள் தந்நலங் கருதாதனவாதலால், அவற்றால் முன்னை ஊழின் முடிப்பு அவிழ்ந்து கெடு கிறது; பின்னைவினை ஈண்டி உடலாக வருதற்கு இடமில் லாமற் போகிறது. ஆதலால், நிட்காமியப் பணி செய் வோர் தாங்கும் உடல்கள் வினைக்கீடாக உண்டாகும் மாயா உடலங்களாகா.அவர் தாங்குவன அருள் உடலங் களாகும்; பார்வைக்கு இரண்டும் ஒன்றாகத் தோன்றும்.

ஆனால் பொருளில் வேற்றுமை யுண்டு. சிறை மதில் களுக்குள் குற்றவாளிகள் இருக்கின்றார்கள். அவர்களைப் பார்க்க மன்னர் முதலியோருஞ் செல்கின்றனர்.

பின்னவர் சிறை மதில்களுக்குள் ளிருப்பினும் அவர்க்குச் சிறைக் கட்டில்லை. இரு கூட்டத்தவரும் மதில் சூழ்ந்த சிறைக் கூடத்திலே யிருக்கின்றனர். ஆனால் சிறை ஒருவரைச்

சார்கிறது; மற்றொருவரைச் சார்வதில்லை. இவ் வெடுத் துக்காட்டைக் கருத்துட்கொண்டு, காமியப் பணியாளர் உடல் நிலையையும் நிட்காமியப் பணியாளர் உடல் நிலையையும் ஆராய்ந்து பார்க்க.

வீடும் வேண்டாமை

செய்கையில்லாத நிரதிசயானந்தத்தை நுகர வீடு பேற்றை அடைவதினும், செய்கையுள்ள உடல் தாங்கிப் பயன் கருதாப் பணி செய்வது போற்றத்தக்கது. இப் பணியின் பயனாக வரும் உடல்களைத் தாங்குவோர் கடவுள்நிலை எய்தினவர் என்று கூறலாம்.

கேடும் ஆக்கமும் கெட்ட திருவினார்
ஓடும் செம்பொனும் ஒக்கவே நோக்குவார்
கூடும் அன்பினில் கும்பிட லேயன்றி
வீடும் வேண்டா விறலின் விளங்கினார்.

- சேக்கிழார்

இக்கொள்கையை இப்பொழுது, 'ஆரிய சமாஜத் தாரும், 'தியோசாபிகல் சங்கத்'தாரும் பெரிதும் போற்றுகின்றனர். இது நம் ஆகமங்களில் சொல்லப்பட்ட உண்மை.
இடைக்காலத்தில் சோம்பேறி ஞானம் நமது நாட்டில் பழுத்து நாட்டின் ஊக்கத்தைக் கெடுத்தது. சுவாமி விவேகானந்தர் காலந்தொட்டுச் சோம்பேறி ஞானம் ஒரு வழியில் பட்டு வருகிறது. திலகர்பெருமான் தமது கரும யோகத்தால் - கீதா ரகசியத்தால் -நாட்டைத் தட்டி எழுப்பினர். நாடும் கண்விழித்துக் காந்தியடிகள் சத்தியாக்கிரகத்தைக் காண்கிறது.

வேண்டுதல்

நானும் எல்லாம் வல்ல இறைவனை நோக்கி,

ஐந்தொழில் புரியும் ஆண்டவனே,

வீட்டின்பம் வேண்டா; ஓய்வில் விருப்பமில்லை; மனிதப் பிறவி வேண்டும்; அப்பிறவியை எனதருமைத் தமிழ்நாட்டில் தாங்குதல் வேண்டும்; நின் திருவடியை என்றும் மறவா மனம் வேண்டும்; செல்வ வாழ்வு வேண்டா; எளிய வாழ்வு வேண்டும்; பயன்கருதாப் பணியில் நெஞ்சம் பதிதல்வேண்டும்; எனது தமிழ் மொழிக்கும். எனது அன்புச் சமயத்துக்கும், எனது அருமைத் தாய்நாட்டுக்கும் இடையறாது பயன் கருதாப் பணி செய்தவண்ண மிருத்தல் வேண்டும். இறக்கும் போதும் நின் திருவடி நினைவும், எனது மொழி சமயம் நாடு இவைகளின் நினைவும் அகலாமல் நிற்றல் வேண்டும். இவ்வேண்டுதல்களைத் திருவருள் செய்க என்று வேண்டுகிறேன்.

என்னைப் படைத்த கடவுள் என் எண்ணங்களை நிறைவேற்றுவார் என்னும் உறுதி எனக்குண்டு.

6. முடிவுரை

'என்' என்பது ஆன்மா என்றும், அவ்வான்மா உடலைப் பெறுதற்கு முன்னர் அறிவு செயலில்லா நிலையைப் பெற்றிருக்கிறதென்றும், அஃது உடல் தாங்கப் பெற்ற பின்னர்ச் சிற்றறிவுஞ் சிறு தொழிலும் விளங்கப் பெறுகிறதென்றும், அறிவுந் தொழிலும் விளங்கப்பெறுங் காலத்தை வீணே கழியாது பணி செய்தலில் கழித்தல் வேண்டுமென்றும், அப்பணி, காலத்திற் கேற்றவாறு செய்யப்படல் வேண்டுமென்றும், அதுவும் பயன்கருதா (நிஷ்காமிய) வழிபற்றிச் செய்யப்படுதல் வேண்டுமென் றும், இக்காலத்துக்கு வேண்டப்படுவது தேசப்பணி யென்றும், பிற பணிகள் அப்பணியிலொன்றி விடுயென் றும், தேசப்பணி செய்து பிறப்புரிமை பெற்றுவிடின் நமது உரைக்கு உலகத்தில் மதிப்புண்டாகுமென்றும், அதுபோழ்து நம் முன்னோர் கண்ட சகோதர தருமத்தை உலகத்துக்கு அறிவுறுத்த அருட்பணி நிகழ்த்தல் வேண்டு மென்றும், அப்பேரறத்தை உலகத்தில் நிலைபெறுத்தவே நாம் படைக்கப்பட்டோ மென்றும், எப்பணிக்கும் உயிர் நாடி ஒழுக்கமென்றும், வீடுபேற்றை விரும்பாமலும் பணியை இடையீடின்றிச் செய்து கிடத்தல் வேண்டு மென்றும், அஃதே இறைவன் இயல்பைப் பெறுவிப்ப தென்றும் இந்நூற்கண் கூறப்பட்டுள்ளன.

இதை வாசிக்கும் நண்பர்கள் பணியில் காதல் பூண்டு, வீட்டையும் விரும்பாது எத்தகைக்கைம்மாறுங் கருதாது, ஆண்டவன் அருட்குணம் பெற்றுப் பணி செய்து கிடப்பார்களாக.

அப்பர் திருவடி வாழ்க

காமி யஞ்செய்து காலம் கழியாதே
ஓவியஞ் செய்தங் குள்ளத் துணர்மினோ
சாமி யோடு சரச்சு வதியவள்
கோமி யும்முறை யுங்குட மூக்கிலே.

ஊளி லாவி உயிர்க்கும் பொழுதெலாம் தானி லாவி
யிருப்பனென் நாதனைத்
தேனி லாவிய சிற்றம் பலவனார்
வானி லாவி யிருக்கவும் வைப்ரே.

அல்லல் என்செயும் அருவினை என்செயும்
தொல்லை வல்வினைத் தொந்தந்தான் என்செயும்
தில்லை மாநகர்ச் சிற்றம் பலவனார்க்
கெல்லை யில்லதோர் அடிமைபூண் டேனுக்கே.

ரி யந்தமி ழோடிசை யானவன்
கூரி யகுணத் தார்குறி நின்றவன் காரி
கையுடை யான்கடம்பத்துறைச் சீரி
யல்பத்தர் சென்றடை மின்களே.

- அப்பர்

முற்றும்.

★ ★ ★